School Plus

ഞങ്ങൾ അരുമകൾ

വളർത്തുപക്ഷികൾ, വളർത്തുമൃഗങ്ങൾ

njangal arumakal

•

r vinodkumar, dr. t r jayakumari

•

first edition
november 2017

•

second edition
december 2018

•

typesetting & published
chintha publishers, thiruvananthapuram

•

cover
midas

വിതരണം

ദേശാഭിമാനി ബുക്ക് ഹൗസ്

H O തിരുവനന്തപുരം-695 035
phone: 0471-2303026, 6063026
www.chinthapublishers.com
chinthapublishers@gmail.com

ബ്രാഞ്ചുകൾ

ഹെഡ്ഡാഫീസ് ബ്രാഞ്ച് കുന്നുകുഴി • സ്റ്റാച്ച്യു തിരുവനന്തപുരം • കെ എസ് ആർ ടി സി ബസ് സ്റ്റേഷൻ ആലപ്പുഴ • കെ എസ് ആർ ടി സി ബസ് സ്റ്റേഷൻ എറണാകുളം • മച്ചിങ്ങൽ ലെയ്ൻ തൃശൂർ • ഐ ജി റോഡ് കോഴിക്കോട് • മാവൂർ റോഡ് കോഴിക്കോട് • എൻ ജി ഒ യൂണിയൻ ബിൽഡിങ് കണ്ണൂർ • സെൻട്രൽ ബസ് ടെർമിനൽ കോംപ്ലക്സ് താവക്കര കണ്ണൂർ

CO - SP / 1967 / 4831
ISBN - 978-93-86637-34-5

ഞങ്ങൾ അരുമകൾ

വളർത്തുപക്ഷികൾ, വളർത്തുമൃഗങ്ങൾ

ആർ വിനോദ് കുമാർ
ഡോ. ടി ആർ ജയകുമാരി

ചിന്ത പബ്ലിഷേഴ്സ്
തിരുവനന്തപുരം-695 035

ആർ വിനോദ്കുമാർ

1972 ൽ കൊല്ലം ജില്ലയിലെ പുന്തലത്താഴം എന്ന ഗ്രാമത്തിൽ ജനനം. അമ്മ പരേതയായ പ്രഭാവതി. പിതാവ് രാമചന്ദ്രൻപിള്ള. കൊല്ലത്തും തിരുവനന്തപുരത്തും വിദ്യാഭ്യാസം. *അഹം ബ്രഹ്മാസ്മി* എന്ന ആദ്യ കൃതിക്ക് (നോവൽ) കൊല്ലം സുജാതാ സ്മാരക ട്രസ്റ്റിന്റെ പ്രത്യേക പുരസ്കാരം ലഭിച്ചു.

കൃതികൾ: *അഹം ബ്രഹ്മാസ്മി (നോവൽ), കേരളം ഒരു യാത്രാസഹായി, കേരളീയം, കേരളത്തിലെ വനവൃക്ഷങ്ങൾ, കേരളത്തിലെ വന്യജീവിസങ്കേതങ്ങളും വന്യജീവികളും, കേരളത്തിലെ കാടുകളും വന്യജീവിസങ്കേതങ്ങളും, കേരളത്തിലെ ജില്ലകളും അവയുടെ സവിശേഷതകളും,* ഡോ. ടി ആർ ജയകുമാരിയുമായി ചേർന്ന് തയ്യാറാക്കിയ *ജന്മനക്ഷത്രങ്ങളും വൃക്ഷങ്ങളും, കേരളത്തിലെ വൃക്ഷങ്ങൾ, മുക്കുറ്റി-കേരളത്തിലെ വൃക്ഷങ്ങളും ചെറുസസ്യങ്ങളും, കേരളത്തിലെ കാട്ടുപക്ഷികൾ, നമ്മുടെ മത്സ്യങ്ങൾ, കേരളത്തിലെ ചെറുസസ്യങ്ങൾ.*

ഭാര്യ : എ ജി സിന്ധു
മകൾ : അപർണ്ണ
ഇ മെയിൽ: vinodsahyadri@gmail.com
ഫോൺ : 94467 48048

ഡോ. ടി ആർ ജയകുമാരി

തിരുവനന്തപുരം ജില്ലയിലെ കൊടുവഴന്നൂരിൽ തങ്കമണി അമ്മയുടെയും രവീന്ദ്രൻ നായരുടെയും മകളായി ജനിച്ചു. സസ്യശാസ്ത്രത്തിൽ എം എസ് സി, എംഫിൽ, പി എച്ച് ഡി, ബിരുദങ്ങൾ. 33 വർഷക്കാലം സസ്യശാസ്ത്ര പ്രൊഫസറായി പ്രവർത്തിച്ചു.

കൃതികൾ: *ജീവജാലങ്ങളുടെ ലോകം ക്വിസ്, ഇന്ത്യയിലെ സംസ്ഥാനവൃക്ഷങ്ങളും പുഷ്പങ്ങളും, അലങ്കാരപ്പനകൾ, നമ്മുടെ വള്ളിസസ്യങ്ങൾ, ഹരിതമനുഷ്യർ.* ആർ വിനോദ് കുമാറുമായി ചേർന്ന് തയ്യാറാക്കിയ *ജന്മനക്ഷത്രങ്ങളും വൃക്ഷങ്ങളും, കേരളത്തിലെ വൃക്ഷങ്ങൾ, ഇന്ത്യയിലെ ദേശീയോദ്യാനങ്ങൾ, 40 ഇക്കോടൂറിസം യാത്രകൾ, വംശമറ്റുപോയ ജീവജാലങ്ങൾ, കേരളത്തിലെ വന്യജീവികൾ, കേരളത്തിലെ ജലാശയങ്ങൾ.*

ഭർത്താവ് : എം കെ ബാലചന്ദ്രൻ നായർ
മക്കൾ : ലക്ഷ്മി നായർ, ശ്രീഹരി നായർ
ഇ മെയിൽ: jayakumari.tr@gmail.com

ഉള്ളടക്കം

പ്രസാധകക്കുറിപ്പ്

ഒരു അംഗീകൃത പാഠ്യപദ്ധതിയുടെ അടിസ്ഥാനത്തിലുള്ള പാഠ്യക്രമമനുസരിച്ചാണ് നമ്മുടെ സ്കൂൾ സമ്പ്രദായത്തിൽ പാഠപുസ്തകങ്ങൾ തയ്യാറാക്കപ്പെടുന്നത്. അംഗീകൃത യോഗ്യതകൾ ഉള്ള അദ്ധ്യാപകർ അതു പഠിപ്പിക്കുന്നു. കുട്ടികൾ അതു പഠിക്കുകയും വിവിധ നിലകളിൽ മാർക്കു നേടി വിജയം കരസ്ഥമാക്കുകയും ചെയ്യുന്നു. ഇതെല്ലാമായിട്ടും തങ്ങൾ പഠിക്കുന്ന പാഠങ്ങളുമായി ബന്ധപ്പെട്ട് അറിഞ്ഞിരിക്കേണ്ടതും പഠിച്ചിരിക്കേണ്ടതുമായ പല അറിവുകളും വിട്ടുപോകുന്നു. പാഠഭാഗങ്ങളിൽ പെട്ടതു തന്നെയും ദുർഗ്രാഹ്യവും വിരസവും ആയതുകൊണ്ട് അവ മനസ്സിൽ പതിയുകയോ അറിവു വളർത്തുകയോ ചെയ്യാതെ പോകുന്നു.

ഇതൊരു കുറവുതന്നെയാണ്. ഈ കുറവ് എങ്ങനെ പരിഹരിക്കാം. അദ്ധ്യാപകരെന്ന നിലയിൽ സമർത്ഥരും എഴുത്തുകാരുമായ അദ്ധ്യാപകരുടെ കൂട്ടായ്മ ഈ വെല്ലുവിളി ഏറ്റെടുക്കുവാൻ തയ്യാറായി. അതിന്റെ ഫലമാണ് സ്കൂൾ പ്ലസ് എന്ന പുസ്തകപരമ്പര. പാഠപുസ്തകത്തിൽ നിന്ന് പകർന്നുകിട്ടുന്ന എല്ലാ അറിവിന്റെയും അനുബന്ധ വിവരങ്ങളാണ് ഈ പുസ്തകങ്ങളുടെ ഉള്ളടക്കം. സുഗ്രാഹ്യമായും രസകരമായുമാണ് ഈ പുസ്തകങ്ങൾ രചിക്കപ്പെട്ടിരിക്കുന്നത്. ഓരോ ക്ലാസിലെയും

എല്ലാ കുട്ടികളുടെയും അറിവിന്റെ ചക്രവാളം വികസ്വരമാക്കുവാനും പുതിയ അധികപുസ്തകങ്ങൾ തേടിപ്പിടിച്ചു വായിക്കുവാനും ഈ പുസ്തകപരമ്പര സഹായകമാകും.

വളർത്തു പക്ഷികളെയും വളർത്തു മൃഗങ്ങളെയും സംബന്ധിച്ച അറിവുകളാണ് *ഞങ്ങൾ അരുമകൾ* എന്ന ഈ ഗ്രന്ഥത്തിലുള്ളത്. പക്ഷികളുടെയും മൃഗങ്ങളുടെയും ചർച്ചയുടെ രൂപത്തിലാണ് ഈ കൃതി രചിച്ചിരിക്കുന്നത്. രസകരമായ വായനാനുഭവം നല്കുന്ന ഈ പുസ്തകം അഭിമാനത്തോടെ ഞങ്ങൾ പ്രസിദ്ധീകരിക്കുന്നു. സ്വീകരിക്കുക.

ചിന്ത പബ്ലിഷേഴ്സ്

ആമുഖം

നമ്മുടെ നിത്യജീവിതത്തിൽ വന്യജീവികളും വളർത്തുജീവികളും ഉൾപ്പെടെ ചെറുതും വലുതുമായ നിരവധി ജീവികളെ നാം കാണാറുണ്ട്. മനുഷ്യന്റെ ഒരുതരത്തിലുള്ള ഇടപെടലുകളുമില്ലാതെ, സർവ്വതന്ത്രസ്വതന്ത്രരായി പുലരുന്നവയാണ് വന്യജീവികൾ. അണ്ണാൻ, കീരി, പാമ്പ്, ഓന്ത്, അരണ, കാക്ക, പരുന്ത് തുടങ്ങിയവയെല്ലാം ഈ ഗണത്തിൽ വരുന്നു. എന്നാൽ, വളർത്തുജീവികൾ മനുഷ്യനുമായും അവന്റെ പരിസ്ഥിതിയുമായും ഇണങ്ങി ജീവിക്കുന്നവയാണ്. ഇവയിൽ കൗതുകത്തിനായോ കാവലിനായോ കൂട്ടിനായോ ഭക്ഷ്യാവശ്യങ്ങൾക്കായോ അലങ്കാരത്തിനായോ വിനോദത്തിനായോ ഒക്കെ മനുഷ്യൻ വളർത്തുന്ന ജീവികളുണ്ട്. പൂച്ചയും പട്ടിയും കന്നുകാലികളും വളർത്തുപക്ഷികളും അലങ്കാരമത്സ്യങ്ങളും ഈ വിഭാഗത്തിൽപ്പെടുന്നു. ജീവികളിൽ ബഹുഭൂരിപക്ഷവും വന്യജീവികളാണ്. എണ്ണത്തിൽ വളരെ കുറവാണ് വളർത്തുജീവികൾ. എങ്കിലും, നമ്മുടെ ദൈനംദിന ജീവിതത്തെ ചലനാത്മകവും ഉന്മേഷഭരിതവുമാക്കുന്നതിൽ ഇവ വഹിക്കുന്ന പങ്ക് ചെറുതല്ല.

ഇന്ന് നമ്മോടൊപ്പംകാണുന്ന വളർത്തുജീവികൾ എല്ലാംതന്നെ പണ്ട് വന്യാവസ്ഥയിൽ കഴിഞ്ഞവയായിരുന്നു.

സ്വന്തം ആവശ്യങ്ങൾക്കും ഇഷ്ടങ്ങൾക്കുംവേണ്ടി മനുഷ്യൻ ഇവയെ പിടികൂടി മെരുക്കിയെടുക്കുകയായിരുന്നു. ആദ്യകാലങ്ങളിൽ മൃഗങ്ങളെ കൃഷിയിടങ്ങൾ ഉഴുതുമറിക്കാനും ഭാരം വലിക്കാനും മറ്റു വന്യജീവികളെ വേട്ടയാടാനും മറ്റുമാണ് ഉപയോഗിച്ചിരുന്നത്. ഇവയിൽനിന്ന് പാലും മാംസവും തോലും രോമവും ലഭിക്കുമെന്ന് ക്രമേണ കണ്ടെത്തി. ചില പക്ഷികളുടെ മുട്ടയും മാംസവും ഭക്ഷ്യയോഗ്യമാണെന്നും ചില ജീവികൾ മനുഷ്യന് തുണയാകുമെന്നും നാം തിരിച്ചറിഞ്ഞു. അവയെ നാം നമ്മോടൊപ്പം കൂട്ടി. അങ്ങനെ, നമ്മുടെ നിത്യജീവിതത്തിന്റെ ഭാഗമാക്കപ്പെട്ട വന്യജീവികൾ ക്രമേണ പരിണമിച്ചാണ് ഇന്നു നാം കാണുന്ന അരുമജീവികൾ ഉരുത്തിരിഞ്ഞത്.

അവയിലെ ചില ജീവികളെ ഇവിടെ പരിചയപ്പെടാം.

ഒന്ന്

ക്ഷണക്കത്ത്

പ്രിയ കൂട്ടുകാരേ,

നമ്മളെ അരുമകളായി വളർത്തിയിരുന്ന മനുഷ്യർ ഇപ്പോൾ നമ്മിൽ പലരെയും ഉപേക്ഷിക്കാൻ തുടങ്ങിയിരിക്കുന്നു. പല വീടുകളിൽനിന്നും പൂച്ചയും നായയും കോഴിയും പശുവുമെല്ലാം

പുറത്താക്കപ്പെട്ടിരിക്കുന്ന വിവരം ഞാൻ പറയാതെതന്നെ നിങ്ങൾക്കറിയാമല്ലോ. അതിന് പല കാരണങ്ങളുണ്ടാകാം. മനുഷ്യരുടെ കൂട്ടുകുടുംബങ്ങൾ ഇല്ലാതായി അണുകുടുംബങ്ങൾ ഉണ്ടായതും മനുഷ്യർക്ക് തിരക്ക് കൂടിയതും കൃഷിഭൂമികൾ ഇല്ലാതായതുമെല്ലാം ഇതിന് കാരണമാണ്. ഈ രീതി തുടർന്നാൽ നമ്മുടെ ജീവിതം കഷ്ടത്തിലാവും. വളർത്തുമൃഗങ്ങൾ എന്ന നമ്മുടെ വംശംതന്നെ വേരറ്റുപോകും. ഇതിനെക്കുറിച്ച് ചർച്ച ചെയ്യാനും നമ്മുടെ വംശം നിലനിർത്താനുള്ള വഴികൾ ആലോചിക്കാനുമായി അരുമജീവികളുടെ അടിയന്തര യോഗം കൂടി, അഖില കേരള പെറ്റ്സ് ഫോറം പോലുള്ള ഒരു സംസ്ഥാനതല സംഘടനയ്ക്ക് രൂപം കൊടുക്കാൻ തീരുമാനിച്ചിരിക്കുന്നു. ഈ വരുന്ന ഞായറാഴ്ച വയലിക്കടയിലെ നന്ദിനിയേച്ചിയുടെ ഗോശാലാ ഹാളിൽ വച്ച് ചേരുന്ന യോഗത്തിൽ ഉപേക്ഷ വിചാരിക്കാതെ എല്ലാവരും പങ്കെടുക്കണമെന്ന് അഭ്യർത്ഥിക്കുന്നു.

എന്ന്
ശുനകപുരം ടൈഗർ

ക്ഷണക്കത്ത് വായിച്ച് ബില്ലിപ്പൂച്ച ദീർഘമായൊന്ന് നിശ്വസിച്ചു. ശരിയാണ്, ഇന്ന് പലവീടുകളിലും വളർത്തുമൃഗങ്ങളുടെ എണ്ണം കുറഞ്ഞിട്ടുണ്ട്. ഈ സ്ഥിതി തുടർന്നാൽ ഈ വംശംതന്നെ വേരറ്റുപോകും. കാടുകളിലെ പക്ഷികൾക്കും മൃഗങ്ങൾക്കും വംശനാശഭീഷണിയുള്ള തായി ലോകമെങ്ങും കൊട്ടിഘോഷിക്കുന്നുണ്ട്. എന്നാൽ, നാട്ടിലെ ഞങ്ങളുടെ അവസ്ഥ അതിലും പരിതാപകരമാണെന്ന് ആരും മനസ്സിലാക്കുന്നില്ല. നിലത്ത് കിടന്നിരുന്ന ബില്ലിപ്പൂച്ച മുൻകൈ എടുത്ത് മൃദുവായി നാവുനീട്ടി നക്കിയ ശേഷം അലസതയോടെ ചുറ്റും നോക്കി. വീട്ടിലാരുമില്ല. എല്ലാവരുംകൂടി ദൂരെയാത്രയ്ക്ക് പോയിരിക്കുന്നു. ഒരാഴ്ച കഴിഞ്ഞേ വരികയുള്ളത്രെ. മുറ്റമടിക്കാനും ചെടി നനയ്ക്കാനും രാവിലെവന്ന സീനച്ചേച്ചി അയലത്തെ വീട്ടിലെ ട്രീസാന്റിയോട് പറയുന്നത് കേട്ടതാണ്. അല്ലാതെ തന്നോടാരു പറയാൻ. ആർക്കും തന്നോട് വലിയ താല്പര്യമൊന്നുമില്ലല്ലോ. പോകാൻ മറ്റൊരിടവും തീറ്റയ്ക്ക് മറ്റൊരു വഴിയുമില്ലാത്തതിനാൽ അനിഷ്ടം കണ്ടില്ലെന്നു നടിച്ച്

താൻ കടിച്ചുതൂങ്ങിക്കിടക്കുകയല്ലേ? അവർ വരുന്നതുവരെ ഇതു പോലെ റെസ്റ്റ് എടുപ്പ് തന്നെയാണ്. അവൾ കണ്ണുകൾ പാതിയടച്ച് തലതാഴ്ത്തിക്കിടന്ന് വീണ്ടും സ്വന്തം വംശത്തെക്കുറിച്ച് ചിന്തിക്കുന്നത് തുടർന്നു.

മനുഷ്യരുമായി ഇണങ്ങി ജീവിക്കുന്ന ഓമനമൃഗങ്ങളിൽ

പ്രമുഖസ്ഥാനത്തായിരുന്നു ഫെലിഡേ എന്ന ജന്തുകുടുംബത്തിലെ അംഗങ്ങളായ ഞങ്ങൾ മാർജ്ജാരന്മാർ. അമ്മ പറഞ്ഞുകേട്ടതനുസരിച്ച് 10000 വർഷങ്ങൾക്ക് മുമ്പ് കാട്ടുപൂച്ചകളിൽനിന്ന് ഉരുത്തിരിഞ്ഞുണ്ടായതാണ് ഞങ്ങൾ വീട്ടുപൂച്ചകൾ. പുരാതന ഈജിപ്ത്തിലോ, വടക്കേ ആഫ്രിക്കയിലോ ആണ് എന്റെ വംശജനായ പൂർവ്വികനെ ആദ്യമായി ഇണക്കി വളർ ത്തിയത്. ഇപ്പോൾ നിരവധി രാജ്യങ്ങളിൽ ഞങ്ങളെ ഓമനിച്ചു വളർത്തുന്നുണ്ട്. മരുഭൂമി സമാനമായ അന്തരീക്ഷത്തിൽ വളർന്നതിനാൽ ഞങ്ങൾക്ക് ചൂട് കുറച്ചെല്ലാം സഹിക്കാനാവും. അതുപോലെ തണുപ്പും ഒരു പരിധിവരെ ഞങ്ങൾ പ്രതിരോധിക്കും. രൂപത്തിലും വലുപ്പത്തിലും വ്യത്യാസ മുള്ള അനേകം ഇനങ്ങൾ എന്റെ വംശത്തിലുണ്ട്.

കേരളത്തിലെ നാട്ടിൻ പുറങ്ങളിലും പട്ടണങ്ങളിലുമെല്ലാം ഞങ്ങളെ കാണാവുന്നതാണ്. മനുഷ്യ വാസമുള്ള വീടുകളുമായി ബന്ധപ്പെട്ടാണ് ഞങ്ങൾ കഴിയുക. എന്നാൽ, വീട്ടിനകത്തുള്ളതിനേക്കാൾ കൂടുതലായി വീട്ടിന് പുറത്താണ് ഞങ്ങൾ സ്വതന്ത്രരായി സഞ്ചരിക്കുന്നത്. അലഞ്ഞുതിരിഞ്ഞ് നടക്കുന്നു എന്ന് ചിലർ പറയാറുണ്ട്. എങ്കിലും ആർക്കുമൊരു ശല്യം ഞങ്ങൾ ഉണ്ടാക്കാറില്ല. പക്ഷേ, മനുഷ്യരുടെയിടയിൽ കള്ളൻമാരും കൊള്ളക്കാരും റൗഡികളുമുണ്ടല്ലോ. അതുപോലെ ഞങ്ങളുടെയിടയിലും കുറുമ്പത്തരങ്ങളുള്ള ചിലരുണ്ട്. കള്ളൻ പൂച്ചയെന്നും പാണ്ടൻപൂച്ചയെന്നും മറ്റും അവരെ മനുഷ്യർ വിളിക്കാറുണ്ട്. ഇവറ്റകൾ തരം കിട്ടിയാൽ അടുക്കളയിൽ കയറി മത്സ്യവും പാലും മറ്റും മോഷ്ടിക്കാറുണ്ട്. ഞങ്ങൾക്ക് പൊതുവെ മത്സ്യത്തോട് താല്പര്യം കൂടുതലാണ്. അതിനാൽ, കള്ളപ്പൂച്ചകൾ പച്ചയോ കറിവച്ചതോ ആയ മത്സ്യമാണ് സാധാരണയായി കട്ടുതിന്നുക. സൽസ്വഭാവികളായ മറ്റു പൂച്ചകൾക്ക് കൂടി ഇക്കൂട്ടർ അപമാനമാണ്. മാനംമര്യാദയായി നടക്കുന്ന ഞങ്ങൾക്ക് ഇക്കൂട്ടരെ ഒന്നും ചെയ്യാൻ സാധിക്കില്ല. ഞങ്ങളുടെ ഇടയിലെ വില്ലന്മാരാണ് ഇവർ. ഇവരോട് ആരും അടുക്കാറില്ല. മനുഷ്യരുടെ അടിയും തൊഴിയും എറിയും ശാപവാക്കുകളും മറ്റും ഇവർക്ക് കൂടെക്കൂടെ കിട്ടാറുണ്ട്. എന്നാലും അവരുടെ സ്വഭാവത്തിൽ മാറ്റമുണ്ടാകാറില്ല എന്നതാണ് കഷ്ടം. സൽസ്വഭാവികളായ

ഞങ്ങളെ പലരും ഓമനിക്കാറുണ്ട്. കുഞ്ഞുങ്ങളോട് പോലും വേഗത്തിൽ ഇണങ്ങുന്നതാണ് ഞങ്ങളുടെ രീതി.

അകത്തെവിടെയോ ഒരു ശബ്ദം കേട്ടു. ബില്ലിപ്പൂച്ച തലയുയർത്തി നോക്കി. ചെവികൂർപ്പിച്ച് വട്ടം പിടിച്ചു. എവിടെയാണ് ശബ്ദം? എങ്ങും നിശ്ശബ്ദതയാണ്. കാറ്റിലെന്തെങ്കിലും വീണതാകാം. സ്വയം ആശ്വസിച്ച് തലതാഴ്ത്തി ബില്ലിപ്പൂച്ച വീണ്ടും കിടന്നു.

എന്തുകൊണ്ടായിരിക്കും ഞങ്ങളെ മനുഷ്യർ അരുമകളാക്കിയത്? ബില്ലിപ്പൂച്ച വെറുതെ ചിന്തിച്ചുനോക്കി. ഞങ്ങൾക്ക് അക്രമസ്വഭാവം തീരെക്കുറവാണ്. ആരുമായും വേഗത്തിൽ ഇണങ്ങും. കാണാനും ചന്തമുണ്ട്. ശല്യക്കാരായ എലി, പാറ്റ, പല്ലി തുടങ്ങിയ ക്ഷുദ്രജീവികളെ ഞങ്ങൾ തിന്നൊടുക്കും. ഇതൊക്കെക്കൊണ്ടാവും മനുഷ്യരുടെ വളർത്തുമൃഗങ്ങളിൽ ഞങ്ങൾക്ക് പ്രത്യേക സ്ഥാനം കിട്ടിയത്. ഇംഗ്ലീഷിൽ ക്യാറ്റ് എന്ന് വിളിക്കുന്ന ഞങ്ങളുടെ ശാസ്ത്രനാമം *ഫെലിസ് കാറ്റസ് (Felis catus)* എന്നാണ്. കാട്ടിലെ ഘോരന്മാരെന്ന് പേരെടുത്ത കടുവയും പുലിയും ഉൾപ്പെടുന്ന വലിയ കുടുംബത്തിലെ അംഗങ്ങളാണ് ഞങ്ങൾ. പക്ഷേ, പറഞ്ഞിട്ടെന്താകാര്യം, അടുക്കള മൂലയിലും തട്ടിൻപുറത്തും കഴിയാനാണ് വിധി.

ഒന്നര അടിയോളം നീളവും 2.5–6 കിലോഗ്രാം ഭാരവും ഞങ്ങൾക്കുണ്ടാവും. ചിലയിനങ്ങൾക്ക് ഭാരം ഇതിലും കൂടുതലായി കാണും. ആണ് പെണ്ണിനെക്കാൾ നീളത്തിലും ഭാരത്തിലും വലുതായിരിക്കുമെന്നതൊഴിച്ചാൽ ഇവ തമ്മിൽ കാഴ്ചയ്ക്ക് വലിയ വ്യത്യാസം തോന്നാറില്ല. നട്ടെല്ലിന്റെയും നെഞ്ചിലെ എല്ലുകളുടെയും സവിശേഷ ക്രമീകരണം മൂലം ഞങ്ങളുടെ ശരീരത്തിന് നല്ല വഴക്കമാണ്. നട്ടെല്ലിലെ കശേരുക്കൾ മാംസപേശികൾകൊണ്ട് ബന്ധിതമായതിനാൽ നടുവ് നീട്ടാനും കുറുക്കാനും മുകളിലേക്ക് വില്ലുപോലെ വളയ്ക്കാനും വശങ്ങളിലേക്ക് ആട്ടാനുമൊക്കെ ഞങ്ങൾക്ക് കഴിയും. വേഗത്തിൽ ചലിക്കാനും ശരീരത്തെ സന്തുലിതാവസ്ഥയിൽ നിലനിർത്താനും ഞങ്ങൾക്ക് അസാമാന്യമായ കഴിവുണ്ട്. നട്ടെല്ലിന്റെ ഭാഗമായി പ്രവർത്തിക്കുന്ന വാലാണ് ശരീരത്തിന്റെ സന്തുലിതാവസ്ഥ നിലനിർത്തുന്നത്. ഇതിനാൽത്തന്നെ ഞങ്ങൾ

എത്ര ഉയരത്തിൽനിന്ന് കാലുതെറ്റി വീണാലും എറിയപ്പെട്ടാലും നാലു കാലിലായിരിക്കും താഴെയെത്തുക. തോൾസന്ധിയുടെ പ്രത്യേകത മൂലം മുൻകാലുകൾ എല്ലാ ദിശയിലേക്കും ചലിപ്പിക്കാനും കഴിയും.

ഞങ്ങൾക്ക് മണംപിടിക്കാനുള്ള അപാര കഴിവുണ്ട് കേട്ടോ. അങ്ങനെയാണ് നിങ്ങളുടെ അടുക്കളയിൽ മീനും പാലുമൊക്കെയുണ്ടെന്ന് ഞങ്ങൾ മനസ്സിലാക്കുന്നത്. മീൻ മുറിച്ചുവൃത്തിയാക്കാനെടുത്താലുടൻ എവിടെനിന്നെന്നറിയില്ല പൂച്ച പ്രത്യക്ഷപ്പെടും. എങ്ങനെ അറിയുന്നോ എന്തോ! എന്ന് അമ്മ പുലമ്പുന്നത് നിങ്ങൾ കേട്ടിട്ടില്ലേ? ഇപ്പോൾ അതിന്റെ ഗുട്ടൻസ് മനസ്സിലായല്ലോ? പക്ഷേ, മധുരം തിരിച്ചറിയാൻ ഞങ്ങൾക്ക് സാധിക്കില്ല കേട്ടോ.

നാവിൽ പിന്നാക്കം ചാഞ്ഞുനില്ക്കുന്ന മുള്ളുപോലുള്ള ചെറുമുകുളങ്ങളുള്ളതിനാൽ നക്കിത്തുടച്ചാൽ ശരീരം വൃത്തിയാവും. വലിയ വൃത്തിക്കാരായ ഞങ്ങൾ ശരീരവും മുഖവും വായുമൊക്കെ നക്കിയും തുടച്ചുമൊക്കെ വൃത്തിയോടെ വയ്ക്കാൻ ശ്രദ്ധിക്കാറുണ്ട്. ഞങ്ങൾക്ക് നല്ല കേൾവിശക്തിയുമുണ്ട്. മനുഷ്യന് ചെവിയിൽ 6 പേശികൾ മാത്രമുള്ളപ്പോൾ ഞങ്ങൾക്ക് മുപ്പതോളം പേശികളാണുള്ളത്. അതിനാൽ, നായ്ക്കൾക്ക് കഴിയുന്നതിനേക്കാൾ വളരെ വേഗത്തിലും പല പ്രാവശ്യവും ശബ്ദംകേട്ട ദിക്കിലേക്ക് ചെവി തിരിക്കാൻ സാധിക്കും. അൾട്രാസോണിക് ശബ്ദവീചികൾ തിരിച്ചറിയാനുള്ള കഴിവും നായ്ക്കളെക്കാൾ വളരെക്കൂടുതലാണ് ഞങ്ങൾക്ക്.

ഞങ്ങൾക്ക് പകലും രാത്രിയും കാഴ്ചയുണ്ട്. പകൽസമയത്ത് കാഴ്ചശക്തി അല്പം കുറവാണ്. എന്നാൽ, രാത്രികാലത്ത് കൂടുതൽ വ്യക്തമായി കാണാനാവും. ഇതിന് കാരണം കൃഷ്ണമണിയുടെ സജ്ജീകരണമാണ്. പകൽ വെളിച്ചമെത്തുമ്പോൾ കൃഷ്ണമണി മൂക്കിന് സമാന്തരമായി, ലംബമായ ഒരു വിടവുപോലെ ചുരുങ്ങുകയും രാത്രിയാകുമ്പോൾ വികസിച്ച് വൃത്താകൃതിയിലാകുകയും ചെയ്യും. രാത്രിയിൽ വെളിച്ചമടിച്ചാൽ കണ്ണുകൾ വെട്ടിത്തിളങ്ങും. ഇതിനു കാരണം ഞങ്ങളുടെ നേത്രപടലത്തിന് പുറത്തുള്ള ഗുവാനിൻ പാളിയാണ്.

മാംസാഹാരപ്രിയരാണ് ഞങ്ങൾ. മീൻ, ഇറച്ചി, പാൽ തുടങ്ങി മനുഷ്യർ കഴിക്കുന്ന മിക്ക ഭക്ഷണങ്ങളും ഞങ്ങളും കഴിക്കാറുണ്ടെങ്കിലും മത്സ്യങ്ങളോടാണ് ഞങ്ങൾക്ക് താല്പര്യം കൂടുതൽ. എലികളും പ്രിയം തന്നെ. പാറ്റ, പല്ലി, അരണ, പഴുതാര, ചെറുപക്ഷികൾ എന്നിവയെയെല്ലാം പിടികൂടി ശാപ്പിടാറുണ്ട്. ചത്ത ജീവികളെയും ജീവനുള്ളവയെയും ഞങ്ങൾ ഭക്ഷിക്കും. മാംസവും മത്സ്യവും കടിച്ചു മുറിച്ചു തിന്നുന്നതാണ് ഞങ്ങൾക്കിഷ്ടം. മൂർച്ചയുള്ള കൂർത്ത പല്ലുകൾ ഇതിന് സഹായിക്കുന്നു. മേൽത്താടിയിൽ 16, കീഴ്ത്താടിയിൽ 14 എന്നിങ്ങനെ ആകെ 30 പല്ലുകളാണുള്ളത്. കുഞ്ഞുങ്ങൾക്ക് 24 പാൽപ്പല്ലുകളാണ് കാണുക. 5 മാസമാകുമ്പോൾ ഇവയ്ക്ക് പകരം സ്ഥിരദന്തങ്ങൾ വരും.

സാധാരണരീതിയിൽ മ്യാവൂ മ്യാവൂ എന്നാണ് ഞങ്ങളുടെ സ്വരം. സ്നേഹം പ്രകടിപ്പിക്കുമ്പോഴും ദേഷ്യംവരുമ്പോഴും മറ്റ് ചില ശബ്ദങ്ങളും പുറപ്പെടുവിക്കുന്ന ഞങ്ങൾക്ക് വ്യത്യസ്തങ്ങളായ നിരവധി ശബ്ദങ്ങളിൽ പ്രതികരിക്കാൻ സാധിക്കുമെന്ന് മനുഷ്യർ തന്നെ കണ്ടെത്തിയിട്ടുണ്ട്. അതിന് കാരണമാകുന്നത് വായിലെ എല്ലുകളുടെയും പേശികളുടെയും ക്രമീകരണമാണത്രെ.

വീണ്ടുമൊരു ശബ്ദം കേട്ടു. ബില്ലി തലയുയർത്തി നോക്കി. ചെവികൂർപ്പിച്ച് വട്ടം പിടിച്ചു. ആദ്യം കേട്ട ദിക്കിലാണ് ഇപ്പോഴും ശബ്ദം കേട്ടത്. പാണ്ടൻ പൂച്ചയോ എലിയോ വല്ലതും ഉള്ളിൽ കടക്കാനുള്ള ശ്രമമാണോ? എഴുന്നേല്ക്കണോ എന്ന് ആശങ്കപ്പെട്ട് ബില്ലി ശബ്ദം കേട്ടഭാഗത്തേക്ക് നോക്കി. ഇപ്പോൾ എങ്ങും നിശ്ശബ്ദതയാണ്. ഒരിക്കൽക്കൂടി ശബ്ദം കേട്ടാൽ എഴുന്നേല്ക്കാം. സ്വയം ആശ്വസിച്ച് ആ മടിയൻ വീണ്ടും തലതാഴ്ത്തി ചുരുണ്ടുകൂടി, വീണ്ടും സ്വന്തം കുലത്തെക്കുറിച്ചുള്ള ചിന്തയിലാണ്ടു.

ഞങ്ങൾ വിരലുകളൂന്നിയാണ് നടക്കുന്നത്. പാദത്തിനടിവശം മൃദുവായതിനാൽ നടക്കുമ്പോൾ ശബ്ദം കേൾക്കാറില്ല. ഞങ്ങളുടെ നടത്തയ്ക്ക് ഒരു പ്രത്യേകതയുണ്ട്. നായ്ക്കളും കുതിരകളും മറ്റും നടക്കുന്നതുപോലെയല്ല, ഞങ്ങൾ നടക്കുന്നതും ഓടുന്നതും. ഒരു സമയത്ത് ഒരുവശത്തെ രണ്ടു കാലുകളും

ഒന്നിച്ച് മുന്നോട്ട് വയ്ക്കുകയാണ് പതിവ്. മുൻപാദം വയ്ക്കുന്ന സ്ഥലത്ത് തന്നെയായിരിക്കും പിൻപാദവും വയ്ക്കുന്നത്. ആവശ്യമില്ലാത്തപ്പോൾ കാലിലെ നഖങ്ങൾ വിരലുകളിലെ അറകളിൽ മടക്കിവയ്ക്കുകയാണ് പതിവ്. ആവശ്യം വന്നാൽ, വിരലിലെ നഖം ഘടിപ്പിച്ചിരിക്കുന്ന അസ്ഥി നിവരുകയും വിരലുകൾ വിടർന്ന് നഖങ്ങൾ വെളിയിൽ വരികയും ചെയ്യും. ഈ സമയത്ത് പാദത്തിന് നഖം പുറത്തുവരാത്ത സമയത്തുള്ളതിന്റെ ഇരട്ടി വലുപ്പം വരും. പിൻകാലുകളിലെ നഖങ്ങളേക്കാൾ മുൻകാലുകളിലെ നഖങ്ങൾക്ക് മൂർച്ച കൂടിയിരിക്കും. ഇര പിടിക്കാനും ശത്രുക്കളെ നേരിടാനും മരം കയറാനും മറ്റുമാണ് നഖങ്ങൾ ഉപയോഗിക്കുക. ചില സമയങ്ങളിൽ മണ്ണുമാന്താനും ഇവ ഉപയോഗിക്കും.

ധാരാളം മൃദുരോമങ്ങൾ നിറഞ്ഞതാണ് ഞങ്ങളുടെ ദേഹം. ഓരോ രോമകൂപത്തിന് ചുവട്ടിലും ചെറിയ പേശികളുള്ളതിനാൽ എഴുന്നുനില്ക്കുന്ന രീതിയിൽ രോമങ്ങളെ ഉയർത്തിനിർത്താൻ ഞങ്ങൾക്കു സാധിക്കും. മേൽത്താടിയിൽ മൂക്കിന് താഴെ ഇരുവശത്തുമായി മീശരോമങ്ങൾ കാണും. വ്യത്യസ്ത നീളമുള്ളവയും പുരികങ്ങളിലും കവിളുകളിലും ചെവികളിലുമുള്ള രോമങ്ങളും യഥാർത്ഥത്തിൽ സ്പർശനാവയവങ്ങളാണ്. ചെറിയ സ്പന്ദനങ്ങൾ പോലും തിരിച്ചറിയാൻ ഇവ സഹായിക്കുന്നു. ഞങ്ങളുടെ ത്വക്കിന് നല്ല അയവുണ്ടാകും. കഴുത്തിന് പിന്നിലുള്ള ത്വക്കിനാണ് അയവ് കൂടുതൽ. അതിനാൽ, ചെറിയ പ്രായത്തിൽ അമ്മ ഞങ്ങളെ കടിച്ചെടുത്തിരുന്നത് കഴുത്തിന് പിന്നിലാണ്. ഞങ്ങൾക്ക് അപ്പോൾ വേദനിക്കില്ല.

ഓടാനും ചാടാനും മരം കയറാനുമെല്ലാം ഞങ്ങൾക്കു സാധിക്കും. പ്രധാന തൊഴിൽ ഉറക്കമാണ്. മറ്റ് മൃഗങ്ങളേക്കാൾ ഞങ്ങൾ നന്നായി ഉറങ്ങാറുണ്ട്. 10–14 മണിക്കൂറാണ് ഞങ്ങളുടെ ഉറക്കം. പ്രായം കൂടുന്നതനുസരിച്ച് ഉറക്കത്തിന്റെ ദൈർഘ്യവും കൂട്ടാറുണ്ട്. പരിശീലനം ലഭിക്കുന്നവർ മനുഷ്യരുടെ ആജ്ഞകൾ അനുസരിക്കാറുണ്ട്.

ലോകത്ത് കുഞ്ഞുങ്ങൾ ജനിക്കുന്നത് പ്രസവത്തിലൂടെയും മുട്ട വിരിഞ്ഞുമാണല്ലോ. കുഞ്ഞുങ്ങളെ പ്രസവിച്ച് പാൽകൊ

ടുത്ത് വളർത്തുന്നവയാണ് സസ്തനികൾ. മൃഗങ്ങളെല്ലാം ഇത്തരമാണ്. ജന്തുലോകത്ത് ഇവയ്ക്ക് സവിശേഷ സ്ഥാനമാണുള്ളത്. ഇക്കൂട്ടത്തിൽ വന്യജീവിമൃഗങ്ങളും വളർത്തുമൃഗങ്ങളുമുണ്ട്. എണ്ണത്തിലും വൈവിദ്ധ്യത്തിലും പ്രത്യേകതയുള്ള ഇക്കൂട്ടത്തിൽ പൂച്ചവർഗ്ഗക്കാർ, മാൻവർഗ്ഗങ്ങൾ, കന്നുകാലികൾ, ആടുവർഗ്ഗങ്ങൾ, ചില സഞ്ചിമൃഗങ്ങൾ, തുടങ്ങി കരയിലെ ഏറ്റവും വലിയ മൃഗമായ ആനയും കടലിലെ ഭീമന്മാരായ തിമിംഗംലങ്ങളുംവരെ ഉൾപ്പെടും. ആ വിഭാഗത്തിൽപ്പെടുന്നതിനാൽ ഞങ്ങൾ കുഞ്ഞുങ്ങളെ പ്രസവിക്കുകയാണ് ചെയ്യുന്നത്. 60–65 ദിവസമാണ് ഗർഭകാലം. ഒരു പ്രസവത്തിൽ 2–4 കുട്ടികൾ ഉണ്ടാവും. ഞങ്ങൾ അന്ധരും ബധിരരുമായാണ് ജനിക്കുന്നത്. 10–12 ദിവസം കഴിഞ്ഞാലേ കാണാനും കേൾക്കാനുമുള്ള കഴിവ് കിട്ടൂ. എല്ലാ കുഞ്ഞുങ്ങളും പ്രായപൂർത്തിയെത്താറില്ല. പലതും ഇടയ്ക്ക് ചത്തുപോകും.

ചിന്തകൾ ഇത്രയുമെത്തിയപ്പോൾ പൊടുന്നനെ വീണ്ടുമൊരു ശബ്ദം കേട്ടു. ബില്ലി തലയുയർത്തി നോക്കിയ ശേഷം ചാടി എഴുന്നേറ്റു. ചെവികൂർപ്പിച്ച് ശബ്ദംകേട്ട ദിക്ക് നോക്കി പാഞ്ഞു. വല്ല കള്ള എലിയുമാണോ? അതോ പാണ്ടൻ പൂച്ചയോ? അടുത്ത മുറിയിലെത്തി. അപ്പോൾ വീണ്ടും ശബ്ദം! ജനാലയുടെ അരികിൽനിന്നാണ് ശബ്ദം കേൾക്കുന്നത്..അങ്ങോട്ട് നോക്കിയപ്പോൾ ആശ്വാസം തോന്നി. കാരണം റാണിത്തത്തമ്മ അഴികളുടെ മുകളറ്റത്ത് ഇരിക്കുന്നു. റാണിയുടെ മുഖം വലിയ ഗൗരവത്തിലാണ്. റാണിയായിരിക്കും കുറച്ച് നേരമായി വിളിക്കുന്നത്.

“എന്താ റാണി?” ബില്ലി ചോദിച്ചു.

“ഒരു അത്യാവശ്യ കാര്യമുണ്ടായിരുന്നു. എത്ര തവണയായി ഞാൻ വിളിക്കുന്നു. നീ എവിടെയായിരുന്നു ബില്ലീ?” അല്പം പരിഭവത്തോടെ റാണിത്തത്തമ്മ ചോദിച്ചു.

“ഞാൻ കിടക്കുകയായിരുന്നു. എന്താ കാര്യം?”

ബില്ലിക്ക് ആകാംക്ഷയായി. റാണിത്തത്തമ്മ പരിഭവത്തോടെ ഇരുന്നു. എത്ര നേരമായി വിളിക്കുന്നു. എപ്പോഴും ഈ ബില്ലിക്ക് കിടപ്പും ഉറക്കവും തന്നെ.

“പറയൂ റാണി. പ്ലീസ്.” ബില്ലി വീണ്ടും ആവശ്യപ്പെട്ടു.

തല അല്പം താഴ്ത്തി, ശബ്ദം കുറച്ച് റാണി പറഞ്ഞു.

“ടൈഗർ ചേട്ടൻ എനിക്ക് ഒരു കത്ത് കൊടുത്തുവിട്ടിരുന്നു. നിനക്ക് കിട്ടിയോ?”

“ഉവ്വ്, അത് വായിച്ച് ഞാൻ ഓരോന്ന് ആലോചിച്ച് കിടക്കുകയായിരുന്നു.”

“ആണോ ബില്ലി. അപ്പോൾ യോഗത്തിന് പോകണം അല്ലേ.”

“പിന്നെ പോകണ്ടേ? നമ്മുടെ നിലനില്പിന്റെ കാര്യമല്ലേ? എല്ലാവർക്കും സംഘടനകളുണ്ട്. നമ്മൾ വളർത്തുമൃഗങ്ങൾക്കും പക്ഷികൾക്കുമാണ് സംഘടനയില്ലാത്തത്. അതിനാൽ, നമുക്കെല്ലാർക്കും പോകണം.”

ബില്ലി ആവേശം കൊണ്ടു. ആ ആവേശം റാണിത്തത്തയും ഏറ്റെടുത്തു കീ--കീ--കീ.

രണ്ട്

കൂട്ടിലെ മഹാറാണി

കീ--കീ--കീ. റാണിത്തത്തമ്മ ചിലച്ചു.

ഒരുനിമിഷം ആലോചിച്ച് അവൾ പറഞ്ഞു "പക്ഷേ, ഞങ്ങൾ വളർത്തുപക്ഷികളല്ല. കാട്ടിൽ കഴിഞ്ഞിരുന്ന ഞങ്ങളെ പിടികൂടി കൂട്ടിലടച്ച് വളർത്തുകയാണ്."

"എനിക്കറിയാം റാണീ." ബില്ലിപ്പൂച്ച അത് ശരിവച്ചു. എന്നിട്ട് അല്പം ഗൗരവത്തിൽ പറഞ്ഞു: "പൊന്നുപോലെയാണല്ലോ നിന്റെ യജമാനത്തികൾ നിന്നെ നോക്കുന്നത്. സമയാസമയം ഭക്ഷണവും വെള്ളവും തരുമല്ലോ. നിന്നെ പുന്നാരിക്കുന്നതും കാണാറുണ്ട്. പലപ്പോഴും അവരുടെ തോളിലല്ലേ നിന്റെ ഇരിപ്പ്. പോ പൂച്ചേ എന്നു പറഞ്ഞ് എന്നെ ആട്ടിയകറ്റിയശേഷം, നിന്നെ കൂട്ടിൽനിന്ന് വെളിയിലിറക്കി അവർ കൊണ്ടുനടക്കുന്നത് കണ്ടിട്ടുണ്ടല്ലോ. പിന്നെന്താ കുഴപ്പം?"

"എന്തെല്ലാം കിട്ടിയാലും വിശാലമായ ആകാശത്ത് സ്വതന്ത്രമായി പറന്നുനടക്കുന്ന സുഖം കിട്ടില്ലല്ലോ. ഇപ്പോൾ എന്റെ ചിറകുകളിലെ വലിയ തൂവലുകൾ മുറിച്ചിരിക്കുകയാണ്. അതാണ് പറക്കാൻ സാധിക്കാത്തത്." ഒരു വശത്തെ ചിറക് വിടർത്തിക്കാട്ടി റാണിത്തത്തമ്മ സങ്കടത്തോടെ പറഞ്ഞു.

ബില്ലിപ്പൂച്ചയ്ക്കും സങ്കടം തോന്നി. "ഒരു കണക്കിന് ഞാൻ ഭാഗ്യവതി തന്നെ. ആരും കൂട്ടിലിടുന്നില്ലല്ലോ. എവിടെയും കറ

ങ്ങിനടക്കാനുള്ള സ്വാതന്ത്ര്യം കിട്ടുന്നത് വലിയ കാര്യം തന്നെ. എന്ന് മനസ്സിലോർക്കുകയും ചെയ്തു."

ഒരു നിമിഷം നിർത്തി റാണി പറഞ്ഞു, "നീ കേട്ടിട്ടില്ലേ.. ബന്ധുര കാഞ്ചനക്കൂട്ടിലാണെങ്കിലും ബന്ധനം ബന്ധനം തന്നെ പാരിൽ." റാണിയുടെ കണ്ഠമിടറി.

"നീ വിഷമിക്കാതെ, എല്ലാം ശരിയാകും. നമ്മുടെ സമ്മേളനം കഴിയട്ടെ."

"എന്നാൽ ശരി.."

യാത്ര പറഞ്ഞ് അവർ പിരിഞ്ഞു. റാണി കൂട്ടിലെ ഊഞ്ഞാലിൽ കയറിയിരുന്നു കുറേനേരം ആടി. പിന്നീട് അവിടെ നിന്നിറങ്ങി അതിനടുത്തായി വച്ചിട്ടുള്ള, മരച്ചില്ലയുടെ രൂപത്തിലുള്ള കമ്പിലിരുന്നു. മരമാണെന്ന് തന്നെ തെറ്റിദ്ധരി

പ്പിക്കാനായിരിക്കും വീട്ടുകാർ ഇതിവിടെ വച്ചിരിക്കുന്നത്. അത്ര മണ്ടിയാണോ താൻ പച്ചപ്പെയിന്റടിച്ച പ്ലാസ്റ്റിക് കുഴലുകൾ ചേർത്തുവച്ച രൂപത്തെ മരമാണെന്ന് ധരിക്കാൻ! താനെത്ര യഥാർത്ഥ മരങ്ങൾ കണ്ടിരിക്കുന്നു.

അവളുടെ മനോവിഷമം ഏറി വന്നു. എത്ര സന്തോഷത്തോടെ ചേട്ടനുമൊത്ത് കാട്ടിൽക്കഴിഞ്ഞിരുന്നതാണ്. ധാരാളം മരങ്ങളും ചെടികളും വള്ളികളും നിറഞ്ഞ കാട്ടിലെ ഒരു മരപ്പൊത്തിലായിരുന്നു ഞങ്ങൾ കഴിഞ്ഞിരുന്നത്. ഒരുദിവസം അച്ഛനുമമ്മയും ദൂരെക്കാട്ടിൽ അത്തിപ്പഴമുണ്ടെന്ന് കൂട്ടുകാരറിയിച്ചത് കേട്ട് അവ തേടിയിറങ്ങി. നല്ലപോലെ പറന്നുതുടങ്ങിയിട്ടില്ലാതിരുന്ന ഞങ്ങളോട് ദൂരേക്ക് പോകരുതെന്ന് പറഞ്ഞിട്ടാണവർ പോയത്. കുറേനേരം കാത്തിരുന്നിട്ടും അവർ വന്നില്ല. നന്നായി വിശക്കുന്നുമുണ്ട്. ഞാനും ചേട്ടനും മരത്തിന്റെ കൊമ്പുകളിലെല്ലാം കയറി നോക്കി. എന്തെങ്കിലും തിന്നാൻ കിട്ടുമോ? പഴങ്ങൾ നോക്കി നടന്ന ഞങ്ങൾ അടുത്തുവന്ന അപകടം അറിഞ്ഞില്ല. ഞാനും ചേട്ടനും ആ ദുഷ്ടൻ വിജയന്റെ കൈയിൽപ്പെട്ടു. കിളിക്കൂടുകൾ തേടിപ്പിടിച്ച് കുഞ്ഞുങ്ങളെ തട്ടിയെടുക്കുന്നത് അവന് ഹരമാണ്. അവൻ ഞങ്ങളെ ഒരാൾക്ക് വിറ്റു. അയാൾ മറ്റൊരാൾക്ക് കൈമാറിയതോടെ പന്തളത്തുകാരായ ഞങ്ങൾ തിരുവനന്തപുരത്തെത്തി. അതുവരെ ഒരുമിച്ചായിരുന്ന ഞങ്ങളെ അവിടെയെത്തിയശേഷം രണ്ടു വീടുകളിലേക്ക് കൊണ്ടുപോയി. അന്നുമുതൽ ആഹാരത്തിന് ബുദ്ധിമുട്ടുണ്ടായിട്ടില്ല. ഓരോ ദിവസവും കാട്ടിൽ കിട്ടാത്ത പലതും വീട്ടുകാർ മാറിമാറിത്തന്നു. സൂര്യകാന്തിവിത്തുകളും പച്ചമുളകും പച്ചപ്പയറും കോവയ്ക്കയും പഴങ്ങളുമൊക്കെ വേണ്ടത്ര കിട്ടി. സ്വാതന്ത്ര്യം മാത്രം പോയി. വാശിക്കാരനായ ചേട്ടൻ വീട്ടുകാരോട് ഒട്ടും സഹകരിച്ചില്ല. അവർക്ക് പുറംതിരിഞ്ഞിരുന്ന് തന്റെ അനിഷ്ടം നിരന്തരം പ്രകടിപ്പിച്ചെങ്കിലും അവർ മാറുമ്പോൾ അവർ കൊണ്ടുവച്ചത് കഴിക്കാൻ മറന്നില്ല. മാസങ്ങൾ കഴിഞ്ഞിട്ടും ഈ സ്വഭാവത്തിൽ മാറ്റം വരുത്തിയില്ല.

പാവം, പറന്നുനടന്ന ഇതിനെ കൂട്ടിലടച്ചിടുന്നത് കഷ്ടമാണ്. അതിന് നമ്മളെ ഇഷ്ടമല്ല. നമുക്കിതിനെ തുറന്നുവിടാം. എന്ന്

ആ വീട്ടിലെ മാമി എപ്പോഴും പറയുമായിരുന്നു. എന്നാൽ, കുഞ്ഞുന്നാൾ മുതൽ ഞങ്ങൾ തത്തകളെ വളരെ പ്രിയമായിരുന്ന മാമൻ ഓരോരോ കാരണം പറഞ്ഞ് ഒഴിഞ്ഞുകൊണ്ടിരുന്നു. ഒരു ദിവസം ചേട്ടൻ സ്വയം കൂടിന്റെ അടിവശം കൊത്തിയിളക്കിത്തുറന്ന് രക്ഷപ്പെട്ടു. ഒരിക്കൽക്കൂടി ആ വീട്ടുകാരെ കാണാനായി അല്പസമയം ആ പരിസരത്തിരുന്ന ചേട്ടൻ താമസിയാതെ അധികം അകലെയല്ലാത്ത എന്റെ അടുത്തെത്തിയാണ് ഈ കഥകളെല്ലാം പറഞ്ഞത്. കൂട്ടിലിട്ട എന്നെക്കണ്ട് ചേട്ടൻ കുറേ സങ്കടപ്പെട്ടു. അവസരം കിട്ടുമ്പോൾ രക്ഷപ്പെടാൻ ശ്രമിക്കണമെന്ന് പറഞ്ഞശേഷം പറന്നുപോയ ചേട്ടൻ കുറേനേരം കഴിഞ്ഞ് ഒരിക്കൽക്കൂടിവന്ന് ഒന്നും മിണ്ടാതെ എന്റെ കൂടിന്റെ അഴികളിലിരുന്നു. അതിൽപ്പിന്നെ, ഞാനെന്റെ ചേട്ടനെയോ കൂട്ടരെയോ കണ്ടിട്ടില്ല.

റാണിയുടെ മനസ്സ് വല്ലാതെ അസ്വസ്ഥമായി. ബില്ലിയോട് സംസാരിച്ചിരുന്നാൽ അല്പം സമാധാനമാകും.

അതുവഴി കടന്നുപോയ ബില്ലിയെ റാണി ചിറകടിച്ച് വിളിച്ചു. “ബില്ലീ വാ. നമുക്ക് കുറച്ചുനേരം സംസാരിക്കാം.”

ബോറടിച്ചിരുന്ന ബില്ലി ഇതങ്ങോട്ട് പറയാൻ നോക്കിയിരിക്കുകയായിരുന്നു. വീട്ടുകാരെത്തുവോളം സമയം പോക്കണ്ടേ? എത്രനേരം ഉറങ്ങും? എപ്പോഴും സംസാരിക്കാൻ റാണി താല്പര്യം കാട്ടാത്തതുകൊണ്ട് വേണ്ടെന്ന് വയ്ക്കുകയായിരുന്നു. ദാ ഇപ്പോൾ അവൾ എന്നെ വിളിച്ചിരിക്കുന്നു. സന്തോഷത്തോടെ ബില്ലി ഓടിയെത്തി റാണിയുടെ കൂടിനു താഴെ മുകളിലേക്ക് നോക്കിയിരുപ്പായി.

“എന്തിനാ റാണി വിളിച്ചത്? എന്താ നിനക്ക് പതിവില്ലാത്ത ഒരു വിഷമം?”

“ഞാൻ എല്ലാം മറന്നിരിക്കുകയായിരുന്നു. ഒരു സംഘടനയുണ്ടായാൽ നമ്മുടെ പ്രശ്നങ്ങൾ പരിഹരിക്കാൻ കഴിഞ്ഞേക്കും എന്ന് ചിന്തിച്ചപ്പോൾ എനിക്കെന്റെ ബാല്യകാലവും കുടുംബവുമൊക്കെ ഓർമ്മ വന്നു. അപ്പോൾ വല്ലാത്ത വിഷമം തോന്നി. വിഷമം പങ്കുവച്ചാൽ കുറയുമെന്നാണല്ലോ മനുഷ്യർ പറയുന്നത്.”

രണ്ടുപേരും അല്പനേരം മൂകമായിരുന്നു. അന്തരീക്ഷത്തിന് അയവുവരുത്താനായി ബില്ലി പറഞ്ഞു. “നമ്മൾ തമ്മിൽ കാണാൻ തുടങ്ങിയിട്ട് ഏറെനാളായെങ്കിലും ഞാനിതുവരെ റാണിയെക്കുറിച്ച് ഒന്നും ചോദിച്ചിട്ടില്ല. തത്തമ്മേ പൂച്ച പൂച്ച എന്നുപറഞ്ഞ് ആ മിനിക്കുട്ടി എപ്പോഴും നിന്നെ പേടിപ്പിക്കുന്ന തിനാൽ നീയെന്നെ ഒരു ശത്രുവായിട്ടാണല്ലോ കണ്ടിരുന്നത്. എന്തായാലും ഞാൻ കുഴപ്പക്കാരിയല്ലെന്ന് മനസ്സിലാക്കി സംസാരിക്കാൻ നീ വിളിച്ചല്ലോ. എനിക്ക് സന്തോഷമായി. ങ്ഹാ ഇനി നീ നിന്നെപ്പറ്റി പറയ്.”

റാണി സ്വന്തം കുലത്തെക്കുറിച്ച് പറയാനാരംഭിച്ചു.

“സിറ്റാക്കുലിഡേ എന്ന പക്ഷികുടുംബത്തിലെ അംഗമാണ് ഞങ്ങൾ തത്തകൾ. ലോകത്താകമാനമായി 350–ലധികം ജാതി തത്തകളുണ്ട്. ഇവയിൽ ഏറിയപങ്കും കാണപ്പെടുന്നത് ഏഷ്യ യിലും വടക്കുപടിഞ്ഞാറൻ ആഫ്രിക്കയിലുമാണ്. ഇടതൂർന്ന കാടുകളാണ് ഞങ്ങളുടെ തറവാട്. ചൂടുള്ള കാലാവസ്ഥയാണ് ഞങ്ങൾക്കിഷ്ടം. അതിമനോഹരമായ നിറവിന്യാസമാണ് ഞങ്ങളുടെ ഏറ്റവും പ്രധാന സവിശേഷത. ഞങ്ങളുടെ കുടുംബത്തിൽ പച്ചയും ചുവപ്പും പിങ്കും ഓറഞ്ചും മഞ്ഞയും നീലയും കറുപ്പും തുടങ്ങി നിരവധി നിറങ്ങളുള്ള അംഗങ്ങളുണ്ട്. എല്ലാവർക്കും കൂർത്തുവളഞ്ഞ ചുണ്ടുകളാണ്. വിത്തുകൾ പൊട്ടിക്കാനും പഴങ്ങളും കായ്കളുമൊക്കെ പൊളിക്കാനും ഇവ സഹായിക്കുന്നു. ബലമുള്ള കാലുകളിൽ നാലു വിരലുകൾ കാണുമെന്നതും ഞങ്ങളുടെ പ്രത്യേകതയാണ്. രണ്ടു വിരലുകൾ മുന്നോട്ടും രണ്ടെണ്ണം പിന്നോട്ടുമിരിക്കുന്നതിനാൽ മരക്കൊമ്പു കളിൽ ബലമായി പിടിച്ചിരിക്കാനും മരത്തടിയിൽ പിടി ച്ചുകയറാനും ഞങ്ങൾക്ക് സാധിക്കും. മനുഷ്യരുടെ വിരലിനോളം മാത്രം വലുപ്പം വരുന്നവ മുതൽ ഒരു മീറ്റർ വരെ നീളവും 10 ഗ്രാം മുതൽ 3000 ഗ്രാം വരെ ഭാരവുമുള്ളവരെ ഞങ്ങളുടെ കുടും ബത്തിൽക്കാണാം. കൂട്ടത്തിലെ ഏറ്റവും ചെറുത് പാപ്പുവ ന്യൂഗിനിയയിൽ കണ്ടുവരുന്ന പിഗ്മി പാരറ്റും ഏറ്റവും വലുത് ദക്ഷിണ അമേരിക്കയിലെ ഹയാസിന്ത് മക്കാവുമാണ്. ഏറ്റവും ഭാരം ന്യൂസിലാൻഡുകാരായ കക്കാപ്പോകൾക്കാണ്. 3000 ഗ്രാം

അഥവാ 3 കിലോഗ്രാമാണ് ഈ ഭീമന്മാരുടെ ശരാശരി ഭാരം.

ഞാൻ നാട്ടുതത്ത എന്ന ഇനത്തിൽപ്പെട്ടതാണ്. സിറ്റാക്കുലിനേ എന്നാണ് ഞാനുൾപ്പെടുന്ന ഉപകുടുംബത്തിന്റെ പേര്. മോതിരത്തത്തകളെന്നും എന്റെ കൂട്ടക്കാരെ വിളിക്കാറുണ്ട്. സിറ്റാക്കുല ക്രേമെറി (Psittacula krameri) എന്നാണ് ശാസ്ത്രനാമം. മനുഷ്യരുമായി വേഗത്തിൽ ഇണങ്ങുന്നവരാണ് ഞങ്ങൾ. 115-140 ഗ്രാം തൂക്കം വയ്ക്കും. ഞങ്ങൾക്കെല്ലാവർക്കും തെളിഞ്ഞ പച്ചനിറമാണ്. വാലിന്റെയും ചിറകുകളുടെയും അടിവശത്ത് മഞ്ഞനിറം കലർന്നിരിക്കും. തലയുടെ പിറകിലും പിടലിയിലും ഒരു നീലച്ഛവിയും കാണാം. ചുണ്ടിന്റെ മേല്പകുതി കൂർത്തതാണ്. ഇത് കീഴ്പ്പകുതിയുടെ മുകളിലേക്ക് വളഞ്ഞു നില്ക്കും. ഓറഞ്ചു കലർന്ന ചുവപ്പുനിറമുള്ള മേൽച്ചുണ്ടിന്റെ അറ്റത്തിന് കറുപ്പുനിറമാണ്. കീഴ്ച്ചുണ്ട് കറുത്തിട്ടാണ്. ഇതിന്റെയറ്റം നരച്ച കറുപ്പാണ്. കാലുകളും വിരലുകളും സ്ലേറ്റുനിറമെന്നോ പച്ച കലർന്ന ചാരനിറമെന്നോ പറയാം. കണ്ണുകൾ മഞ്ഞനിറമാണ്. കവിളുകൾ പരന്നതാണ്."

റാണി സ്വപ്നലോകത്ത് സഞ്ചരിക്കുന്നതുപോലെ പറഞ്ഞുകൊണ്ടിരുന്നു. ചിലപ്പോഴൊക്കെ ബില്ലിക്ക് ചിരി വരാതിരുന്നില്ല. തന്റെ കൺമുന്നിലിരിക്കുന്ന ഒരാളുടെ നിറത്തെയും രൂപത്തെയും കുറിച്ചൊക്കെ ഇങ്ങനെ വിവരിക്കണോ? എന്നാലും ബില്ലി മിണ്ടാതെ കേട്ടുകൊണ്ടിരുന്നു. അവളുടെ മനസ്സിലെ വിഷമങ്ങൾ ഇങ്ങനെ മാറുമെങ്കിൽ മാറട്ടെ. റാണി വിവരണം തുടരുകയാണ്.

"ഞങ്ങളിലെ ആണും പെണ്ണും കാഴ്ചയ്ക്ക് ഒരുപോലെയാണ്. എന്നാലും തിരിച്ചറിയാൻ വഴിയുണ്ട് കേട്ടോ. പ്രായപൂർത്തിയെത്തിയ ആണിന് കഴുത്തിൽ ഒരു ചുവന്ന വലയം കാണും. വലയത്തിനടിഭാഗത്ത് പിങ്കുനിറം കലർന്നിരിക്കും. കുഞ്ഞുങ്ങൾക്കും പെൺതത്തകൾക്കും ഈ വലയം കാണില്ല. മുതിർന്ന പെൺതത്തകളിൽ ചാരം കലർന്ന പച്ചനിറമുള്ള ഒരു വലയം ചിലപ്പോൾ രൂപപ്പെടാറുണ്ട്.

നീണ്ട വാലുള്ള പക്ഷികളാണ് ഞങ്ങൾ. ആകെയുള്ള 36-43 സെ മീ നീളത്തിൽ പകുതിയിലേറെയും വാലിലെ തൂവലുകളുടെ നീളമാണ്. 15-18 സെ മീ നീളമുള്ള ചിറകുകൾ നല്ല

വിസ്താരത്തിൽ വിടർത്തിയാണ് ഞങ്ങൾ പറക്കുന്നത്. പറക്കൽ വേഗത്തിലാണ്. കൂടിന് പുറത്തായിരുന്നെങ്കിൽ പറന്ന് കാണിച്ചുതരാമായിരുന്നു."

ഞങ്ങൾ സസ്യഭുക്കുകളാണ്. വിത്തുകളും കായ്കളും പഴങ്ങളും തളിരുകളുമൊക്കെയാണ് ഞങ്ങൾക്കിഷ്ടം. ഇണയോടൊപ്പവും ചെറുസംഘമായും സഞ്ചരിക്കും. ഉയർന്ന മരങ്ങളിലെ പൊത്തുകളിലാണ് മുട്ടയിടുന്നത്. മരംകൊത്തിയും മറ്റും ഉപേക്ഷിച്ച പൊത്തുകളോ സ്വന്തമായി കൊത്തിയുണ്ടാക്കിയ പൊത്തുകളോ ഇതിന് ഉപയോഗിക്കും. മൂന്ന്-നാലു മുട്ടകളാണ് ഒരു സീസണിലിടുക. 22-24 ദിവസം വേണം മുട്ട വിരിയാൻ. അച്ഛനും അമ്മയും സഹകരിച്ച് അടയിരിക്കുകയും കുഞ്ഞുങ്ങളെ സംരക്ഷിക്കുകയും ചെയ്യും. കുഞ്ഞുങ്ങൾ കാഴ്ചയ്ക്ക് മുതിർന്ന പെൺതത്തയെപ്പോലയാണിരിക്കുക. ചുണ്ടിന് പിങ്കുനിറവും ശരീരത്തിന് മങ്ങിയ പച്ചനിറവും കണ്ണുകൾക്ക് ചാരനിറവുമായിരിക്കുമെന്നതാണ് കാണാവുന്ന പ്രധാന വ്യത്യാസങ്ങൾ. 6-7 ആഴ്ചയാകുമ്പോൾ കുഞ്ഞുങ്ങൾ പറക്കമുറ്റും.

മനുഷ്യനുൾപ്പടെയുള്ള ജീവികളുടെ ശബ്ദങ്ങൾ അതുപോലെ അനുകരിക്കാൻ ഞങ്ങൾക്ക് കഴിവുണ്ട്. മനുഷ്യർ പറയുന്നത് ഞങ്ങൾ സംസാരിക്കുമെന്നാണ്. യഥാർത്ഥത്തിൽ, കേൾക്കുന്നത് അർത്ഥമറിയാതെ അനുകരിക്കുക മാത്രമാണെന്ന് അവർ മനസ്സിലാക്കുന്നില്ല. വലിയ വാചകങ്ങളൊന്നും ഞങ്ങൾക്ക് പറയാനും സാധിക്കില്ല. എന്തായാലും ഇങ്ങനെ, ജയിലിലെപ്പോലെ ഒറ്റപ്പെട്ട്, ഇടുങ്ങിയ കൂട്ടിൽക്കിടക്കേണ്ടി വന്നതിന് ഒരു കാരണം ഈ കഴിവാണ്. ഇങ്ങനെ, കൂട്ടിലിട്ട് വളർത്താൻ വേണ്ടി പിടിക്കപ്പെടുന്നതിനാൽ കാടുകളിൽ ഞങ്ങളുടെ വർഗ്ഗക്കാരുടെ എണ്ണം കുറഞ്ഞുവരികയാണ്. വന്യജീവികളായ ഞങ്ങളെ പിടികൂടി വളർത്തുന്നത് ശിക്ഷ ലഭിക്കാവുന്ന കുറ്റമാണെന്നൊക്കെയാണ് പറയുന്നത്. ഞങ്ങൾ വനംവന്യജീവി സംരക്ഷണ നിയമത്തിന്റെ പരിരക്ഷയ്ക്ക് അർഹതയുള്ളവരാണത്രെ! പക്ഷേ, രഹസ്യമായി ഇപ്പോഴും എന്റെ ബന്ധുക്കൾ തടവിലാക്കപ്പെട്ടുകൊണ്ടിരിക്കുന്നു എന്നതാണ് സത്യം. ആരോട് പറയാൻ ഞങ്ങളുടെ ദുരവസ്ഥ?" റാണി ദു:ഖത്തോടെ മൂകയായിരുന്നു.

"നീ അതെല്ലാം മറക്ക് റാണി. നഷ്ടപ്പെട്ടതാലോചിച്ച് വിഷമിക്കാതെ കിട്ടിയതിൽ സന്തോഷിക്കാൻ നോക്ക്. ഇവിടെ നിനക്ക് ഞങ്ങൾ കുറച്ച് സുഹൃത്തുകളുണ്ടല്ലോ. നമുക്ക് പരസ്പരം സഹായിച്ച് ജീവിക്കാം." ബില്ലിയുടെ സാന്ത്വന വാക്കുകൾ കേട്ടപ്പോൾ റാണിക്ക് ഒരാശ്വാസം തോന്നി. അവൾ സ്വന്തം ദു:ഖങ്ങളും വേദനകളും മറക്കാൻ ശ്രമിച്ചു.

"നിന്റെ വീട്ടുകാർ എന്നുവരും ബില്ലീ?"

"അറിയില്ല റാണീ."

"അപ്പോൾ നിനക്ക് ആഹാരമെങ്ങനെ?"

"എല്ലാം ഇവിടെ വച്ചിട്ടുണ്ട്."

"ങ്ഹാ റാണീ, ഞാൻ നന്ദിനിയേച്ചിയുടെ ഗോശാലയിൽ ഒന്ന് പോയി വിശേഷങ്ങൾ അറിഞ്ഞ് വരാം. ചേച്ചിക്ക് യോഗത്തിന്റെ വിശദവിവരങ്ങൾ അറിയാമായിരിക്കും."

"ശരി ബില്ലീ. പോയിട്ടുവന്ന് വിവരം പറയണേ."

മൂന്ന്

നന്ദിനിപ്പശുവിന്റെ ചിന്തകൾ

അന്നാട്ടിലെ പ്രായം കൂടിയ മൃഗമാണ് നന്ദിനിപ്പശു. അറിവും വിവേകവും പക്വതയുമുള്ള നന്ദിനിപ്പശു ന്യായാന്യായങ്ങൾ പറയാൻ സമർത്ഥയാണ്. പലരും പല വിഷയങ്ങളിലും സംശയങ്ങൾ ചോദിച്ച് മനസ്സിലാക്കാൻ അവരുടെ ഗോശാലയിൽ എത്താറുണ്ട്. എന്നാൽ, ഇതിന്റെ അഹങ്കാരമൊന്നും നന്ദിനിപ്പശുവിനില്ല.

ബില്ലി ഇടവഴിയിലൂടെ ചാടിയോടി ഗോശാലയിലെത്തി. സാവധാനം അയവിറക്കിക്കൊണ്ട് നന്ദിനി വിശ്രമിക്കുകയാണ്.

മ്യാവൂ.. മ്യാവൂ" ബില്ലി സൗമ്യമായി മുരടനക്കി.

നന്ദിനി തലയുയർത്തി നോക്കി ചോദിച്ചു.

"ങ്ഹാ ഇതാര് ബില്ലിയോ? കണ്ടിട്ട് ഒരുപാട് നാളായല്ലോ? എന്തുണ്ട് വിശേഷം?"

"ഇങ്ങോട്ടൊന്നുമിറങ്ങാൻ പറ്റിയില്ല ചേച്ചി. വീട്ടിൽ റോഷ്നിമോൾ വന്നിട്ടുണ്ട്. വെളിയിലെങ്ങാനും കറങ്ങിനടന്നെന്നറിഞ്ഞാൽ എന്നെ മുറിയിൽ കയറ്റില്ല. ഇപ്പോൾ അവിടെ ആരുമില്ലാത്തതിനാലാണ് ഇറങ്ങിയത്. ചേച്ചിക്ക് സുഖമാണോ?"

"എനിക്ക് ദൈവകൃപയാൽ സുഖമാണ് ബില്ലീ." നന്ദിനി നീണ്ട വാലിളക്കി ചിരിച്ചു

"അതിരിക്കട്ടെ, നീ എന്താ ഇന്ന് ഈ വഴിക്ക്?"

“ചേച്ചി വിശേഷം അറിഞ്ഞില്ലേ. നമ്മൾ ഒരു സംഘടനയുണ്ടാക്കാൻ പോകുകയാണ്. ശുനകപുരം ചേട്ടനാണ് മുൻകൈയെടുക്കുന്നത്.”

“അത് വേണമല്ലോ. കാട്ടിലുള്ള പക്ഷിമൃഗാദികൾക്ക് രക്ഷയ്ക്ക് സർക്കാരിന്റെ വന്യജീവിസംരക്ഷണ നിയമമുണ്ട്. പരിസ്ഥിതിസ്നേഹികളും അവരുടെ സഹായത്തിനുണ്ട്. നമുക്ക് ആരാണുള്ളത്? എന്റെ അവസ്ഥ നീയൊന്ന് ആലോചിച്ച് നോക്ക്. എത്ര വർഷമായി ഞാനിവിടെയെത്തിയിട്ട്! എന്റെ കറവ വറ്റി ഞാൻ വയസ്സാകുമ്പോൾ എന്നെ അവർ അറവുകാർക്ക് വില്ക്കും. ആര് ചോദിക്കാനുണ്ട്? ഈ അവസ്ഥ മാറണം. ആരോഗ്യമുള്ളപ്പോൾ അവരെ സേവിച്ച നമ്മൾ അവശരാകുമ്പോൾ നിർദ്ദയം ഉപേക്ഷിക്കപ്പെടുന്ന രീതി മാറിയേ തീരൂ. ഇത്തരം അനീതികൾക്കെതിരെ പ്രതികരിക്കാൻ ഒരു കൂട്ടായ്മ അത്യാവശ്യമാണ് ബില്ലീ.”

നന്ദിനിപ്പശു പറഞ്ഞുനിർത്തിയപ്പോൾ ബില്ലി പറഞ്ഞു:

"വന്യജീവിസംരക്ഷണ നിയമത്തെക്കുറിച്ച് ഒന്നും പറയണ്ട ചേച്ചി, ആ നിയമത്തിനു കീഴിൽ വരുന്ന റാണിത്തത്തെമ്മയുടെ സങ്കടം കണ്ടിട്ടാണ് ഞാൻ വരുന്നത്."

"അതുപോലെ വിഷമങ്ങളും ബുദ്ധിമുട്ടുകളും എനിക്കുമുണ്ട്. നേപ്പാൾ എന്ന രാജ്യത്തിന്റെ ദേശീയമൃഗമെന്ന സ്ഥാനമുള്ള ഞങ്ങളുടെ കഥ നിനക്കറിയാമോ?" നന്ദിനിപ്പശു വാചാലയായി.

ആകാംക്ഷയോടെ ബില്ലി പറഞ്ഞു, 'എനിക്കറിയില്ല ചേച്ചി ഒന്ന് വിശദീകരിക്കൂ.'

"ഉഷ്ണമേഖലയിലും മിതോഷ്ണമേഖലയിലുമാണ് എന്റെ ആൾക്കാരെല്ലാം വസിക്കുന്നത്. ഞങ്ങൾക്ക് മിക്ക ആവാസവ്യവസ്ഥകളുമായും പൊരുത്തപ്പെട്ട് ജീവിക്കാൻ സാധിക്കും. ഞങ്ങളെ പണ്ടുമുതലേ പുണ്യമൃഗമായും സമ്പത്തിന്റെയും ഐശ്വര്യത്തിന്റെയും പ്രതീകമായും ആദരിക്കുന്നുണ്ട്. ആദരണീയമായ സ്ഥാനമാണ് പല രാജ്യങ്ങളും ഞങ്ങൾക്ക് നല്കിയിരിക്കുന്നത്. ഹിന്ദുപുരാണങ്ങളിൽ ഞങ്ങളെ ഗോമാതാവ് എന്ന് വിശേഷിപ്പിക്കുന്നു. അതിനാൽത്തന്നെ, ഞങ്ങളുടെ മാംസം ഹിന്ദുക്കൾക്ക് നിഷിദ്ധമാണ്. ശ്രീകൃഷ്ണനും ഞങ്ങളും തമ്മിലുള്ള ബന്ധം നിനക്കറിയാമല്ലോ അല്ലേ? പുരാണത്തിലെ, ദിവ്യശക്തിയുള്ള പശുവായ കാമധേനുവിനെക്കുറിച്ച് നീ കേട്ടിട്ടില്ലേ? ആഗ്രഹിക്കുന്നതെന്തും കൊടുക്കാൻ കാമധേനുവിന് കഴിയുമായിരുന്നത്രെ! ആ കാമധേനുവിന്റെ മകളുടെ പേരാണ് ഈ വീട്ടുകാർ എനിക്കിട്ടിരിക്കുന്നത്- നന്ദിനി."നന്ദിനിപ്പശു ബില്ലിയെ നോക്കി ചിരിച്ചു.

"ഞങ്ങൾക്ക് ജന്തുശാസ്ത്രജ്ഞന്മാർ നല്കിയിരിക്കുന്ന പേരെന്താണെന്നറിയാമോ? ബോസ് ടോറസ് (Bos taurus). ഇരട്ടക്കുളമ്പുള്ള ഞങ്ങൾ ബോവിഡേ എന്ന വലിയ കുടുംബത്തിലെ അംഗങ്ങളാണ്.

ഞങ്ങൾക്ക് ബലിഷ്ഠമായ ശരീരമാണ്. എല്ലാവരുടെയും ശരീരം ചെറുരോമങ്ങളാൽ ആവരണം ചെയ്യപ്പെട്ടിരിക്കും.

രോമങ്ങളുടെ നിറമനുസരിച്ച് ചുവപ്പ്, വെളുപ്പ്, കറുപ്പ് തുടങ്ങി പല നിറങ്ങളിലുള്ളവർ ഞങ്ങളുടെയിടയിലുണ്ട്. നീണ്ട മുഖം, ചെറിയ കഴുത്ത്, പൊഴിഞ്ഞു പോകാത്ത, അകംപൊള്ളയായ കൊമ്പുകൾ, കഴുത്തിനടിയിൽ തൂങ്ങിക്കിടക്കുന്ന മടക്കുകളുള്ള ലോലമായ തൊലി, ധാരാളം രോമങ്ങളുള്ള നീളം കൂടിയ വാൽ എന്നിവ ഞങ്ങളുടെ പ്രത്യേകതകളാണ്. കഴുത്തിനടിയിലെ തൊലിയെ ഇവിടത്തെ അണ്ണൻ താടയെന്നാണ് വിളിക്കുന്നത്. മിക്ക ദിവസങ്ങളിലും അണ്ണൻ അടുത്തുവന്ന് താടയിലും താടിയിലും തടവിത്തരാറുണ്ട്. ഉരുണ്ട് മിനുസമായതും അറ്റത്ത് നീണ്ട രോമങ്ങൾ കറ്റ പോലെ കാണുന്നതുമായ വാൽ ശരീരത്തിൽ വന്നിരിക്കുന്ന ഈച്ചകളെയും കൊതുകുകളെയും ആട്ടിപ്പായിക്കാൻ സഹായകമാണ്.

“നീ എന്റെ കാലുകൾ കണ്ടോ? ഞങ്ങൾക്കെല്ലാവർക്കും ബലമുള്ള കാലുകളാണുള്ളത്. പൊതുവെ 1.5-1.75 മീറ്ററാണ് ഉയരം. ഇതിലും ഉയരം കൂടിയവരും കുറഞ്ഞവരുമുണ്ട് കേട്ടോ. ഞങ്ങളുടെ തൂക്കം 500 കിലോഗ്രാം മുതൽ 1000 കിലോഗ്രാം വരെയാണ്.

“ഞങ്ങളെല്ലാവരും സസ്യഭുക്കുകളാണ്. ഞങ്ങളുടെ നാവ് പരുപരുത്തതും ചലനാത്മകവുമാണ്. പച്ചപ്പുല്ലാണ് ഏറ്റവുമിഷ്ടം. വൈക്കോലും പിണ്ണാക്കും പരുത്തിക്കുരുവും പഴങ്ങളുമൊക്കെത്തിന്നും. ഞങ്ങൾക്ക് വെള്ളം ഒരു മുഖ്യഘടകമാണ്. ഞങ്ങളുടെ തീറ്റ ഒരു പ്രത്യേക രീതിയിലാണ്. കിട്ടുന്നത് ആദ്യം ഭാഗികമായി ചവച്ച് വേഗത്തിൽ അകത്താക്കും. പിന്നീട് വിശ്രമിക്കാൻ കിടക്കുമ്പോൾ വയറ്റിൽനിന്ന് ഇത് തികട്ടിച്ച് വായിൽ കൊണ്ടുവന്ന് സാവധാനം നന്നായി ചവച്ചരച്ച് വീണ്ടും വിഴുങ്ങും. ഈ സ്വഭാവത്തിന് അയവെട്ടുക, അയവിറക്കുക എന്നൊക്കെയാണ് മനുഷ്യർ പേരു നല്കിയിരിക്കുന്നത്. ടെർഷ്യറി യുഗത്തിലാണത്രെ ഈ സ്വഭാവമുള്ള മൃഗങ്ങൾ ആദ്യമായി പ്രത്യക്ഷപ്പെട്ടത്. ഇവ ഉടലെടുത്തതും വികസിച്ചതും ആഫ്രിക്ക, ഏഷ്യ, യൂറോപ്പ്, ആസ്ത്രേലിയ എന്നീ ഭൂഖണ്ഡ

ങ്ങളിലാണെന്ന് ശാസ്ത്രലോകം അനുമാനിക്കുന്നു. മയോസീൻ കാലത്ത് ഇവയുടെ എണ്ണവും വൈവിദ്ധ്യവും വർദ്ധിച്ചുപോലും. കന്നുകാലികൾ, മാനുകൾ, ആടുകൾ തുടങ്ങിയവ ഈ സ്വഭാവമുള്ളവയാണ്. ദഹനേന്ദ്രിയത്തിന്റെ ഘടനയിലും പല്ലുകളുടെ വിന്യാസത്തിലും ഇവ തമ്മിൽ വ്യത്യാസങ്ങളുണ്ട്. ദഹനേന്ദ്രിയത്തിന്റെ ഘടനയിലും പ്രവർത്തനത്തിലുമുള്ള പ്രത്യേകതകളാണ് ഈ സ്വഭാവത്തിനടിസ്ഥാനം.

"ഞങ്ങളുടെ ആമാശയത്തിന് നാലറകളുള്ളതു കൊണ്ടാണിത് സാധിക്കുന്നത്. റൂമെൻ, റെട്ടിക്കുലം, ഒമാസം, അബൊമാസം എന്നിങ്ങനെയാണ് ഈ അറകളുടെ പേരുകൾ. ഇതിൽ ആദ്യത്തെ മൂന്നും അന്നനാളത്തിന്റെതന്നെ വികസിത രൂപങ്ങളാണ്. ആഹാരലഭ്യതയനുസരിച്ച് കഴിക്കാൻ സഹായിക്കുന്നത് ഇവയാണ്. ഇതിൽ ഏറ്റവും വലുത് റൂമെൻ ആണ്. ധൃതിയിൽ കടിച്ച് മുറിച്ച് വിഴുങ്ങുന്ന ആഹാരപദാർത്ഥങ്ങൾ ഒന്നാമത്തെ അറയായ ഇതിലാണ് ആദ്യമെത്തുക. ഇത് ആഹാരപദാർത്ഥങ്ങളുടെ സംഭരണിയായി പ്രവർത്തിക്കും. അവിടെ വച്ച് വെള്ളവുമായി കലർന്ന്, സെല്ലുലോസ് ദഹിപ്പിക്കുന്ന ഒരുതരം ബാക്ടീരിയകളുടെ പ്രവർത്തനഫലമായി ചെറിയ തോതിൽ പുളിപ്പിക്കപ്പെട്ട് മയപ്പെടുന്ന ആഹാരപദാർത്ഥങ്ങൾ, രണ്ടാമത്തെ അറയായ റെട്ടിക്കുലത്തിൽ വച്ച് ഉരുളകളാക്കി മാറ്റപ്പെടുന്നു. സ്വസ്ഥമായി വിശ്രമിക്കുന്ന സമയത്ത് ഈ ഉരുളകൾ തിരികെ വായിലേക്ക് തികട്ടിവരുന്നു. വീണ്ടും ഇവ ചവച്ചരയ്ക്കപ്പെടുന്നു. ഉമിനീരുമായിച്ചേർന്ന് പൾപ്പായി മാറിയ ഇവ മൂന്നാമത്തെ അറയായ ഒമാസത്തിലേക്ക് പോകും. ഇവിടെ വച്ച് ആഹാരം നന്നായി അരഞ്ഞ് പൊടിഞ്ഞ് നാലാമത്തെ അറയായ അബൊമാസത്തിലെത്തുന്നു. ദഹനരസങ്ങൾ പ്രവർത്തിക്കുന്നത് ഇവിടെ വച്ചാണ്. നിനക്ക് എന്തെങ്കിലും മനസ്സിലായോ ബില്ലീ?"

"നല്ല രസകരമാണല്ലോ ചേച്ചീ നിങ്ങളുടെ ആഹാരരീതി. എന്തിനാണോ എന്തോ ഇത്രയും സങ്കീർണ്ണമായ രീതികൾ!" ആത്മഗതമെന്നതുപോലെയുള്ള അവളുടെ പറച്ചിൽ കേട്ട്

നന്ദിനി തുടർന്നു.

"ഈ ഒരു സവിശേഷത ഞങ്ങൾക്ക് പ്രകൃതി നല്കിയ ഒരു സംരക്ഷണമാണെന്ന് പറയാം. കാരണം, വനത്തിലെ മാംസഭോജികളായ മൃഗങ്ങൾക്കിടയിൽ സാധുക്കളായ സസ്യഭോജികൾക്ക് ജീവിക്കണമെങ്കിൽ ഇത്തരമൊരു സംവിധാനം ഉണ്ടെങ്കിലേ സാധിക്കൂ. മാംസഭോജികളെ ഭയന്നാണ് സസ്യഭോജികൾ ജീവിക്കുന്നതും ഭക്ഷണം തേടുന്നതും. കിട്ടിയ ഭക്ഷണം ചവച്ചരച്ച് കഴിക്കാൻ ഇവയ്ക്ക് സാവകാശം കിട്ടാറില്ലാത്തതിനാൽ അപ്പോൾ ധൃതിയിൽ വാരിവലിച്ച് അകത്താക്കും. ഇത് ദഹിക്കണമെങ്കിൽ ചവച്ചരയ്ക്കപ്പെടണം. സുരക്ഷിതമായൊരു താവളം കണ്ടെത്തി വിശ്രമിക്കുമ്പോഴാണ് ഇതിന് സമയം കണ്ടെത്തുക. ഇതാണ് അയവെട്ടൽ. സസ്യഭാഗങ്ങളിലെ താരതമ്യേന കാഠിന്യമേറിയ സെല്ലുലോസ് എന്ന ഘടകത്തെ ദഹിപ്പിക്കാൻ ദഹനരസങ്ങൾ പങ്കെടുക്കാത്ത ഇത്തരം പാകപ്പെടുത്തലുകൾ സഹായകമാകുകയും ചെയ്യുന്നു.

"കുഞ്ഞുങ്ങളെ പ്രസവിച്ച് പാൽ കൊടുത്ത് വളർത്തുന്നതിനാൽ ഞങ്ങളെ സസ്തനികളുടെ കൂട്ടത്തിലാണ് ഉൾപ്പെടുത്തിയിരിക്കുന്നത്. ഒമ്പതുമാസമാണ് ഗർഭകാലം. ഒരു പ്രസവത്തിൽ ഒരു കുട്ടിയാണ് പതിവ്. പ്രസവിച്ചു വീണയുടനെ കുട്ടിക്ക് നില്ക്കാനും നടക്കാനും സാധിക്കും. ആറ് മാസത്തോളം അമ്മയുടെ പരിചരണത്തിലാണ് കുട്ടി കഴിയുന്നത്. ഒരു വർഷം കഴിയുമ്പോൾ പശുക്കുട്ടി പക്വത കൈവരിക്കും. ശരാശരി 20 വർഷക്കാലമാണ് ഞങ്ങളുടെ ആയുസ്സ്."

നന്ദിനിപ്പശു ഒന്ന് നിർത്തി, മെല്ലെ എഴുന്നേറ്റു. വാലുകൊണ്ട് ശരീരമാകെ ഒന്ന് ഉരസി..

"ഞങ്ങൾ പൂച്ചകളേക്കാൾ എന്തെല്ലാം സവിശേഷതകൾ! കേമം തന്നെ. ഒന്നുകൂടി അറിയാനുണ്ട് ചേച്ചീ.."

"ഉം എന്താണ്?"

"ചേച്ചിയെപ്പോലുള്ളവരെ വളർത്തുന്നത് പ്രധാനമായും പാലിന് വേണ്ടിയാണല്ലോ. നിങ്ങളുടെ പാലിന്റെ ഗുണങ്ങളെ

ക്കുറിച്ച് കൂടി പറയാമോ?"

"ഞങ്ങളുടെ പാലിനു വളരെ മേന്മയുണ്ട്." അഭിമാനം മുറ്റിയ സ്വരത്തിലാണ് നന്ദിനി അത് പറഞ്ഞത്. "ധാരാളം പോഷകഗുണങ്ങളുള്ള പശുവിൻപാൽ കുട്ടികൾക്ക് മാത്രമല്ല, മുതിർന്നവർക്കുപോലും പ്രിയപ്പെട്ടതാണ്. ഇതിനെ സമ്പൂർണ്ണാഹാരമെന്നാണ് മനുഷ്യർ വിശേഷിപ്പിക്കുന്നത്. പാലും പാലുല്പന്നങ്ങളായ തൈര്, വെണ്ണ, നെയ്യ്, യോഗർട്ട്, പാൽക്കട്ടി, പാൽപ്പൊടി, പനീർ എന്നിവയൊക്കെ മനുഷ്യരുടെ ഭക്ഷണത്തിന് രുചിയും ഗുണവും കൂട്ടുന്നവയാണ്. മാംസ്യങ്ങളും കൊഴുപ്പും കാത്സ്യവുമൊക്കെ ധാരാളമുള്ള പാലിൽ വൈറ്റമിനുകളുമുണ്ട്. ആയുർവ്വേദത്തിലും പാലിന് പ്രാധാന്യമുണ്ട്. പാൽ, മൂത്രം, ചാണകം, തൈര്, നെയ്യ് എന്നിവ ഉപയോഗിച്ച് വിവിധ ഔഷധക്കൂട്ടുകൾ ഉണ്ടാക്കുന്നുണ്ട്, ഇവ പ്രത്യേകാനുപാതത്തിൽ ചേർത്ത് തയ്യാറാക്കുന്ന പഞ്ചഗവ്യം ഇപ്പോൾ വിളകൾക്ക് വളമായും ഉപയോഗിക്കുന്നു."

"ങും.. ങും..." ഉഗ്രൻ ബില്ലി സന്തോഷത്തോടെ മുരണ്ടു. "റോഷ്നിമോൾ ചിലപ്പോഴൊക്കെ എനിക്ക് പാൽ തരാറുണ്ട്. അതിന്റെ ഗുണങ്ങൾ ഇപ്പോഴാണ് മനസ്സിലായത്. അതിന് രുചിയും ഉഗ്രനാണ്. രഹസ്യമായി ഒരു കാര്യം പറയാം. ഒരു ദിവസം, കൊതി സഹിക്കാതെ കടക്കാരൻ ഗേറ്റിലെ കവറിൽ കൊണ്ടിട്ട പാൽക്കവറിൽ ഞാൻ നഖംകൊണ്ട് ചെറുതായൊന്ന് മാന്തി. പാൽ തുള്ളി തുള്ളിയായി വീണതെല്ലാം ഞാൻ നക്കിക്കുടിച്ചു. പാൽക്കവറെടുത്ത് നോക്കിയ റോഷ്നീടമ്മ വിചാരിച്ചു കവറിലെ ചോർച്ചകൊണ്ടാണ് പാലെല്ലാം പോയതെന്ന്. കടക്കാരനോട് അവരത് പറഞ്ഞപ്പോൾ അയാൾ പകരമായി മറ്റൊരു പാൽക്കവർ കൊടുക്കുകയും ചെയ്തു. ഞാനായിരുന്നു പ്രതിയെന്ന് ഇതുവരെ അവരറിഞ്ഞിട്ടില്ല."

"മോഷണവും ചതിയും നല്ല ശീലങ്ങളല്ല ബില്ലീ. നിനക്ക് അവർ നല്ല ആഹാരം തരുന്നില്ലേ? പിന്നെന്തിനാണീ വില കുറഞ്ഞ ഏർപ്പാട്?" കുറ്റപ്പെടുത്തുന്ന നോട്ടത്തോടെ ഇത്രയും

പറഞ്ഞ നന്ദിനി സ്വന്തം കഥയിലേക്ക് തിരിച്ചുവന്നു.

ഞങ്ങളുടെ ആണുങ്ങളെ കാളകളെന്നാണ് വിളിക്കുന്നതെന്നറിയാമല്ലോ. മൂരിയെന്നും പേരുള്ള അവർക്ക് പൊതുവെ പെണ്ണുങ്ങളേക്കാൾ ഉയരവും തൂക്കവും കാണും. വളരെ വലിയ കൊമ്പുകളും മുതുകിൽ ഉയർന്നുനില്ക്കുന്ന ഉരുണ്ട പൂഞ്ഞയും ഇവരുടെ പ്രത്യേകതകളാണ്. നടക്കുമ്പോൾ പൂഞ്ഞ ഉരുണ്ടുമറിഞ്ഞ് ഇളകുന്നതുകാണാൻ നല്ല ഭംഗിയാണ്. പെണ്ണുങ്ങളുടെയത്ര ശാന്തസ്വഭാവികളല്ല അവർ. കൃഷി വ്യാപകമായിരുന്ന കാലത്ത് നിലങ്ങൾ ഉഴാനാണ് ഇവയെ വീടുകളിൽ വളർത്തിയിരുന്നത്. മോട്ടോർകാറുകളുടെ വരവിനുമുമ്പ് യാത്രക്കാരെ കയറ്റുന്ന വില്ലുവണ്ടികളും ചരക്കുകടത്തുന്ന കാളവണ്ടികളും വലിക്കാൻ ഇവരെ ഉപയോഗിച്ചിരുന്നു.

“ഇനി നീ ഇതുവരെ കേട്ടിട്ടില്ലാത്ത ഒരു കാര്യം കൂടി പറയാം.” ഒരു വലിയ രഹസ്യം വെളിപ്പെടുത്തും പോലെ ശബ്ദം താഴ്ത്തി അവൾ പറഞ്ഞു.

ഞങ്ങളുടെയിടയിൽ കുള്ളന്മാരുമുണ്ട്. അവർക്ക് ഇപ്പോൾ വലിയ ഡിമാന്റാണ്. ആദ്യം കാണപ്പെട്ട സ്ഥലത്തിന്റെ പേരിലാണ് അവർ അറിയപ്പെടുന്നത്. വെച്ചൂർ പശു. കാസർഗോഡ് കുള്ളൻ പശു. വടകര കുള്ളൻ പശു, ചെറുവള്ളി പശു എന്നിങ്ങനെ നാല് പ്രധാന കുള്ളൻ ജാതിക്കാർ കേരളത്തിലുണ്ട്. ഇതിൽ പ്രധാനമാണ് വെച്ചൂർ പശുക്കൾ.”

“നേരാണോ ചേച്ചീ?” വിശ്വാസം വരാതെ ബില്ലി ചോദിച്ചു.

“നേര്. ഞങ്ങൾ സാധാരണ പശുക്കളേക്കാൾ ഇപ്പോൾ പലർക്കും ഇഷ്ടം കുള്ളൻ ഇനങ്ങളോടാണ്.”

“അതെന്താണ് ചേച്ചി അങ്ങനെ?”

“ഞങ്ങൾക്കില്ലാത്ത ചില ഗുണങ്ങൾ അവർക്കുണ്ട് ബില്ലീ.”

“അവരെക്കുറിച്ച് പറയാമോ ചേച്ചീ?”

നന്ദിനിപ്പശു തുടർന്നു. കാതുകൾ കൂർപ്പിച്ച് ബില്ലി അത് കേട്ടിരുന്നു.

“ലോകത്തിലെ ഏറ്റവും ചെറിയ പശുവെന്ന് ഖ്യാതിയുള്ള

ഒരിനമാണ് വെച്ചൂർ പശു. വലുപ്പക്കുറവിന്റെ പേരിൽ ഗിന്നസ് ബുക്കിൽ ഇടംപിടിച്ച ഇവ കേരളത്തിലെ കോട്ടയം ജില്ലയിലെ വൈക്കത്തിനടുത്തുള്ള വെച്ചൂർ എന്ന ഗ്രാമത്തിലാണ് സ്വാഭാവികമായി കണ്ടുവരുന്നത്. കാലാവസ്ഥാ വ്യതിയാനങ്ങളെ അതിജീവിക്കാനുള്ള കഴിവും വർദ്ധിച്ച രോഗപ്രതിരോധശേഷിയും ഇവയുടെ സവിശേഷതകളാണ്. ഇവയ്ക്ക് 80–87 സെമീ ആണ് പരമാവധി ഉയരം. ശരീരത്തിന് പരമാവധി 124 സെ മീ നീളവും കാണും. താരതമ്യേന ചെറുതായ പശുക്കൾക്ക് 130 കി ഗ്രാം മാത്രമാണ് ഭാരം. കാളകൾക്ക് 170 കി ഗ്രാം ഭാരം കാണും. കറുപ്പ്, വെളുപ്പ്, തവിട്ട് എന്നിങ്ങനെയുള്ള ഒറ്റ നിറങ്ങളിലാണ് ഇവയെക്കാണുക. ശാന്തസ്വഭാവികളായ ഇവയെ വളർത്താൻ എളുപ്പമാണ്. ആഹാരവും പരിപാലനമുറകളും വളരെക്കുറച്ചു മാത്രമേ ആവശ്യമുള്ളൂ. പഴത്തൊലികളും കഞ്ഞിവെള്ളവും അല്പം മറ്റെന്തെങ്കിലുമൊക്കെ മതിയാവും ഇവയ്ക്ക്.

പ്രതിദിന പാലുല്പാദനം 2.5–3.5 ലിറ്റർ മാത്രമാണ്. എന്നാൽ, ഈ പാലിന് വർദ്ധിച്ച പോഷകമൂല്യവും ഔഷധമൂല്യവുമുണ്ട്. ഇതിലുള്ള ബീറ്റാ കാസീൻ എന്ന പ്രോട്ടീൻ ഹൃദ്രോഗം, പ്രമേഹം, ഓട്ടിസം, സ്കീസോഫ്രീനിയ എന്നിവയടക്കം പല രോഗങ്ങളെയും പ്രതിരോധിക്കുന്നതായി കണ്ടെത്തിയിട്ടുണ്ട്. ആയുർവ്വേദൗഷധങ്ങളുടെ നിർമ്മാണത്തിന് മുൻകാലങ്ങളിൽ ഇതിന്റെ പാൽ ഉപയോഗിച്ചിരുന്നു.”

പക്ഷേ, ഇത് വംശനാശഭീഷണി നേരിടുന്ന ഒരു ദേശജാതിയിനമാണ്. നിലവിൽ ഈ ഇനത്തിൽപ്പെട്ട 300 പശുക്കളേ ഉള്ളുവത്രെ. ഇവയുടെ സംരക്ഷണത്തിന് കേരള കാർഷിക സർവ്വകലാശാല വിവിധ പദ്ധതികൾ ആവിഷ്കരിച്ചു നടപ്പാക്കിവരുന്നുണ്ട്.”

നന്ദിനി ഒന്ന് നിർത്തി, ബില്ലിയെ നോക്കി. അവൾ ആകാംക്ഷയോടെ ഇരിക്കുകയാണ്. അവൾക്കിത് പുതിയ അറിവാണ്. വാൽ ഒന്നുരണ്ടുവട്ടം വീശി മുതുകിലെ ഈച്ചകളെ ആട്ടിയകറ്റിയ ശേഷം നന്ദിനി വിവരണം തുടർന്നു.

കേരളത്തിലെ കാസർഗോഡ് ജില്ലയിലെ മലമ്പ്ര

ദേശങ്ങളിൽ ഉരുത്തിരിഞ്ഞ ഒരിനം പശുവാണ് കാസർഗോഡ് കുള്ളൻപശു. പേര് സൂചിപ്പിക്കുന്നതുപോലെ ഇവയ്ക്ക് ഉയരം കുറവാണ്. പൂർണ്ണ വളർച്ചയെത്തുമ്പോൾ ശരാശരി 95 സെ മീറ്ററിൽ താഴെയേ ഇതിന് ഉയരം കാണൂ. ശരീരത്തിന് പൊതുവെ കറുപ്പ് നിറമാണ്. ചുവപ്പ് നിറത്തിലും വിരളമായി കാണപ്പെടുന്നുണ്ട്. കാളകൾക്ക് 190–200 കി ഗ്രാമും താരതമ്യേന ചെറുതായ പശുക്കൾക്ക് 40–150 കി ഗ്രാമും ഭാരം കാണും. കിടാങ്ങൾക്ക് ജനനസമയമത്ത് 10–11 കി ഗ്രാം ഭാരമേ കാണൂ."

പെട്ടെന്ന് വളരുന്ന പ്രകൃതമാണിവയ്ക്ക്. ഇവയുടെ പ്രധാന ഭക്ഷണം ഉണങ്ങിയ ഇലകളും അടുക്കള അവശിഷ്ടങ്ങളുമാണ്. വൈക്കോൽ, തീറ്റപ്പുൽ എന്നിവ നിർബ്ബന്ധമില്ല. അതിനാൽ, നെൽക്കൃഷിയില്ലാത്തയിടങ്ങളിലും ഇവയെ വളർത്താവുന്നതാണ്. പാലുല്പാദനം താരതമ്യേന കുറവാണ്. ഏകദേശം ഒന്ന് ഒന്നര ലിറ്റർ മാത്രമാണ് പ്രതിദിന ഉല്പാദനം. പാലിന് ഔഷധ ഗുണമുണ്ട്. ചാണകം, മൂത്രം എന്നിവയ്ക്ക് ജൈവകൃഷിയിൽ ഏറെ പ്രാധാന്യമുണ്ട്. മാംസാവശ്യത്തിനാണ് മുഖ്യമായും ഇവയെ വളർത്തുന്നത്. മനുഷ്യരുമായി നന്നായി ഇണങ്ങുന്ന പ്രകൃതമാണിവയ്ക്ക്. രോഗപ്രതിരോധശേഷി നന്നായിട്ടുണ്ട്."

ഇനി വടകര കുള്ളൻ പശുവിന്റെ വിശേഷം. കോഴിക്കോട് ജില്ലയിലെ വടകരയിലാണ് ഈയിനം ഉരുത്തിരിഞ്ഞത്. കാസർകോട് കുള്ളനേക്കാൾ അല്പം കൂടി ഉയരം വയ്ക്കുന്ന ഇവയ്ക്ക് കൊഴുപ്പു കൂടിയ പാലാണുള്ളത്. ദിനംപ്രതി 3–4 ലിറ്റർ പാൽ ലഭിക്കും. പാലിന് ഔഷധമൂല്യമുണ്ട്. ചാണകം, മൂത്രം എന്നിവ ജൈവകൃഷിക്ക് അത്യുത്തമമാണ്. പച്ചപ്പുല്ലും പിണ്ണാക്കുമാണ് പ്രധാന ആഹാരം. ഇതും വംശനാശ ഭീഷണി നേരിടുന്നു. 100 എണ്ണം മാത്രമേ ഇപ്പോൾ നിലവിലുള്ളൂ."

കോട്ടയംജില്ലയിലെ കാഞ്ഞിരപ്പള്ളിക്കടുത്തുള്ള ചെറുവള്ളി എസ്റ്റേറ്റ് പരിസരത്തു കണ്ടെത്തിയ ഒരിനം പശുവാണ് ചെറുവള്ളി പശു. കറുപ്പ്, തവിട്ട്, തൂവെള്ള എന്നിങ്ങനെ വിവിധ നിറങ്ങളിൽ ഇവയെ കണ്ടുവരുന്നു. ഇവയുടെ കൊമ്പ് തീരെ ചെറു

താണ്. ചിലപ്പോൾ കൊമ്പുണ്ടാവില്ല. കുളമ്പുകളും ചെറുതാണ്. കണ്ണുകൾക്ക് ഇളം ചുവപ്പ് കലർന്ന നിറമാണ്. ചെറുതായി ഉന്തിനില്ക്കുന്ന രീതിയിലാണ് കണ്ണുകൾ. വെച്ചൂർ പശുവിനേക്കാൾ ഉയരമുണ്ടാകും. വാൽ നിലത്ത് മുട്ടും. മനോഹരമായ കഴുത്തും നീണ്ട താടിയും ഇവയുടെ പ്രത്യേകതകളാണ്. രോഗപ്രതിരോധശേഷി കൂടിയ ഇനമാണ്. കുറച്ചു ഭക്ഷണം മാത്രമേ ആവശ്യമുള്ളൂ. ഇതിലെ കാളകൾക്ക് വലുപ്പമുള്ള പൂഞ്ഞ കാണാം. അടുക്കള അവശിഷ്ടങ്ങൾ, പച്ചപ്പുല്ല്, എന്നിവയാണ് മുഖ്യാഹാരം. 280 ദിവസമാണ് ഗർഭകാലം. വർഷത്തിൽ ഒരു പ്രസവം എന്ന രീതിയിൽ 17 പ്രാവശ്യംവരെ പ്രസവിക്കുന്നതായി കണ്ടെത്തിയിട്ടുണ്ട്. പ്രതിദിനം 3 ലിറ്റർ പാലാണ് ഉല്പാദനം. പാലിന് കൊഴുപ്പ് കൂടുതലാണ്."

നന്ദിനി വീണ്ടും നിർത്തി. പിന്നെ, കിടക്കാനൊരുങ്ങിക്കൊണ്ട് പറഞ്ഞു: "ഇതൊക്കെയാണ് എന്റെ വർഗ്ഗക്കാരുടെ വിശേഷങ്ങൾ."

ബില്ലി സന്തോഷവതിയായിരുന്നു. അന്നോളം കേൾക്കാത്ത കുറയേറെ വിവരങ്ങളാണ് നന്ദിനിയിൽനിന്ന് ലഭിച്ചത്.

നാല്

ഞങ്ങൾ കുടുംബക്കാർ

കിടന്ന കിടപ്പിൽ കൈകാലുകളൊക്കെയൊന്ന് നീട്ടിയ ശേഷം എണീറ്റ് തന്റെ ദേഹം നന്ദിനിയുടെ മുഖത്തു ചേർത്തുരസി ബില്ലി സന്തോഷവും സ്നേഹവും പ്രകടിപ്പിച്ചു. നന്ദിനിക്കും സന്തോഷം തോന്നി.

“ചേച്ചിയുടെ വർഗ്ഗക്കാർ തന്നെയാണോ എരുമകൾ?” വീണ്ടും ബില്ലി ചോദിച്ചു.

“ങ്ഹാ ഞങ്ങൾ ഒരേ കുടുംബക്കാരാണ്. അതിനാൽ പൊതു സ്വഭാവങ്ങൾ ഏറെയുണ്ട്. ഇരട്ടക്കുളമ്പുകൾ, നീണ്ട മുഖം, എഴുന്നുനില്ക്കുന്ന കണ്ണുകൾ, ശാഖകളില്ലാത്തതും പൊഴിയാത്തതുമായ രണ്ടു കൊമ്പുകൾ, സസ്യാഹാരം മാത്രം കഴിക്കുന്ന ശീലം, നാലറകളുള്ള ആമാശയം, അയവെട്ടുന്ന സ്വഭാവം, പ്രസവിക്കുന്ന സ്വഭാവം എന്നിവയൊക്കെയാണ് സാമ്യങ്ങൾ.”

നന്ദിനിപ്പശു വാചാലയായി. എന്തോ ഓർത്ത് ബില്ലി ചോദിച്ചു, “നമ്മുടെ ബംഗ്ലാവിലെ ഉണ്ണിക്കുറുപ്പിന്റെ എരുമയായ കല്യാണിയുടെ കാര്യമല്ലേ ചേച്ചി പറയുന്നത്?”

“അതെ ബില്ലീ. നിനക്കവളെ പരിചയമില്ലേ?”

“ഞാൻ കണ്ടിട്ടുണ്ട്. പക്ഷേ, അവരെക്കുറിച്ചുള്ള ഒരു വിവരവും അറിയില്ല. ഞാനങ്ങോട്ട് പോയിട്ടില്ല. വഴിയിൽവച്ചോ

മറ്റോ കണ്ടാൽ അവർ മിണ്ടാറുമില്ല. അവരീ നാട്ടിലെത്തിയിട്ട് അധികം കാലമായില്ലല്ലോ?"

"നിനക്ക് അവളെപ്പറ്റി എന്താണറിയേണ്ടത്? ഞാൻ പറഞ്ഞുതരാം. ഞങ്ങൾ ചങ്ങാതിമാരാണ്. വയലിൽ മേയാൻ കെട്ടുമ്പോൾ ഞങ്ങൾ തമ്മിൽ കാണാറും സംസാരിക്കാറുമുണ്ട്."

"എങ്കിൽ, അവരുടെ കുടുംബവിശേഷങ്ങളൊക്കെ പറയണം ചേച്ചീ."

ബില്ലി കൂടുതൽ ഉഷാറായി മുൻകാലുകൾ മുന്നോട്ട് നീട്ടിവച്ച് നന്ദിനിക്ക് അഭിമുഖമായി കിടന്നു. വിശാലമായ ഈ ലോകത്ത് എന്തെല്ലാം കാര്യങ്ങൾ അറിയാനുണ്ട്! നന്ദിനി നല്കുന്ന ഓരോ അറിവും വിലപ്പെട്ടതാണെന്ന് അവൾക്ക് തോന്നി. നന്ദിനി വാലൊന്നിളക്കിയാട്ടി, പിൻകാൽ വലിച്ച് കുടഞ്ഞ് ആലോചനയോടെ തുടർന്നു.

"ഞങ്ങളെപ്പോലെ കന്നുകാലി വർഗ്ഗത്തിൽ ഉൾപ്പെട്ടവയാണ് എരുമകളും. ഇവ ഉഷ്ണമേഖലയിലും മിതോഷ്ണമേഖലയിലും വസിക്കും. ഇവയും വളർത്തുമൃഗങ്ങളാണ്. പൊതുവെ ഏഷ്യ

യിലും ആഫ്രിക്കയിലുമാണ് ഇവയെ ധാരാളമായി വളർത്തുന്നത്. ഏഷ്യയിൽ അഞ്ചാം ശതകം മുതൽ എരുമകളെ വളർത്തിയിരുന്നതായി ചരിത്രകാരന്മാർ സൂചിപ്പിക്കുന്നു. ഏഷ്യൻ ആനകളും ആഫ്രിക്കൻ ആനകളും വ്യത്യസ്തരായിരിക്കുന്നതുപോലെ ഏഷ്യൻ-ആഫ്രിക്കൻ എരുമകൾ തമ്മിലും ശരീരഘടനയിലും ജീവിതരീതിയിലും ചില വ്യത്യാസങ്ങളുണ്ട്. കല്യാണി ഏഷ്യൻ എരുമകളിൽപ്പെട്ടതാണ്. അതിനാൽ അവയെപ്പറ്റി പറയാം"

എരുമയുടെ ശാസ്ത്രനാമം ബുബാലസ് ബുബാലിസ് (Bubalus bubalis) എന്നാണ്. ഇവയ്ക്ക് നരച്ച കറുപ്പുനിറമോ നീല കലർന്ന കറുപ്പുനിറമോ ആയിരിക്കും. നീളമുള്ള തടിച്ച ശരീരവും നീണ്ട മോന്തയും ബലിഷ്ഠങ്ങളായ കുറിയ കൈകാലുകളുമുള്ളവയാണിവ. ഇവയ്ക്കും ഇവയുടെ ആണുങ്ങളായ പോത്തുകൾക്കും ഞങ്ങളേക്കാൾ ഉയരം കുറവാണ്. 120 സെ മീ മുതൽ 140 സെ.മീ. വരെ ഉയരം വയ്ക്കാറുണ്ട്. ഇവയ്ക്ക് ഞങ്ങളേക്കാൾ തൂക്കം വയ്ക്കും. പോത്തുകൾക്ക് ഉയരവും തൂക്കവും താരതമ്യേന കൂടുതലായിരിക്കും. ഇവയുടെ സാധാരണഗതിയിലുള്ള ഭാരം 300 കിലോഗ്രാം മുതൽ 500 കിലോഗ്രാം വരെയാണ്. കിടാങ്ങൾക്ക് ദേഹം നിറയെ നീണ്ട, നരച്ച രോമങ്ങളുണ്ടായിരിക്കും. വളരുന്തോറും രോമങ്ങളുടെ എണ്ണം കുറയും. വളർച്ച പൂർത്തിയാകുമ്പോൾ ഉദരം, കീഴ്ത്താടി, വാൽ എന്നിവിടങ്ങളിൽമാത്രം കൂടുതലായി രോമമുണ്ടാവും. വാൽ കുറിയതാണ്. കാൽമുട്ടോളമേ എത്തൂ"

ഞങ്ങളെപ്പോലെ ഇവർക്കും രണ്ട് കൊമ്പുകളാണുള്ളതെങ്കിലും ഞങ്ങളിൽനിന്ന് വ്യത്യസ്തമായി അവ തലയുടെ പിറകിലേക്ക് അല്പം വളർന്ന ശേഷം പരസ്പരം കൂട്ടിമുട്ടാനെന്ന പോലെ അർദ്ധവൃത്താകൃതിയിൽ വളഞ്ഞാണ് വളരുന്നത്. പച്ചപ്പുല്ലുകളും ഇലകളും വൈക്കോലും പിണ്ണാക്കുമൊക്കെ ഭക്ഷിക്കും. വെള്ളം ധാരാളം ആവശ്യമാണ്. വെള്ളത്തിലും ചെളിയിലുമിറങ്ങി വളരെനേരം കിടക്കുന്നത് ഇവയ്ക്കിഷ്ടമാണ്. മനുഷ്യരുമായി ഇണങ്ങുമെങ്കിലും അപ്രതീക്ഷിതമായി ആക്രമണോത്സുകരാകാറുണ്ട്."

310–315 ദിവസമാണ് ഇവയുടെ ഗർഭകാലം. ഒരു പ്രസവത്തിൽ ഒരു കുഞ്ഞാണ് പതിവ്. അഞ്ചുമാസം കഴിയുമ്പോൾ എരുമക്കുഞ്ഞുങ്ങൾക്ക് പാലുകുടി മാറും. ഒരു വർഷം കഴിയുമ്പോൾ പക്വതയെത്തും.

ഇന്ത്യയിൽ ഉല്പാദിപ്പിക്കുന്ന പാലിന്റെ പകുതിയോളം എരുമപ്പാലാണ് എന്നാണ് കണക്കുകൾ സൂചിപ്പിക്കുന്നത്. ഇവിടെ എരുമപ്പാൽ ഉപയോഗിച്ച് ശിശു ആഹാരങ്ങൾ നിർമ്മിക്കുന്നുണ്ട്. എരുമപ്പാലിൽ കൊഴുപ്പിന്റെയും മാംസ്യത്തിന്റെയും കാത്സ്യത്തിന്റെയും അളവ് കുടുതലാണ്. എന്നാൽ, ജലാംശവും കൊളസ്റ്ററോളും കുറവുമാണ്. അതിനാൽ, ഗുണപരമായി ഇതാണ് കൂടുതൽ നല്ലത്. പക്ഷേ, കേരളത്തിൽ ഇവയുടെ എണ്ണം വളരെക്കുറവാണ്. ഉഴവിനും ഭാരവണ്ടികൾ വലിക്കാനുമായി മുമ്പ് ഗ്രാമങ്ങളിൽ പോത്തുകളെ വളർത്തിയിരുന്നു. ഇപ്പോൾ ഈ രണ്ടു ജോലികളും ഇല്ലാത്തതിനാൽ പോത്തുകളുമില്ല.

ഇതെല്ലാമാണ് എനിക്ക് എരുമകളെക്കുറിച്ച് അറിയാവുന്ന വിവരങ്ങൾ." നന്ദിനി പറഞ്ഞു നിർത്തി.

"എന്റെ ചേച്ചീ, ഇത്രയും കാര്യങ്ങൾ അറിയാൻ സാധിച്ചല്ലോ. അതുതന്നെ വലിയ കാര്യമാണ്. ചേച്ചിയുടെ അറിവ് ഞാൻ സമ്മതിച്ചു തന്നിരിക്കുന്നു."

"ഇതുപോലെ അരുമകളായ ധാരാളം വളർത്തുമൃഗങ്ങളും പക്ഷികളും ഇനിയുമുണ്ട്."

"അവരുടെയെല്ലാം വിശേഷങ്ങളും ഇതുപോലെ പറഞ്ഞു തരാമോ?"

"അറിയാവുന്നത് പറഞ്ഞുതരുന്നതിൽ എനിക്ക് സന്തോഷമേയുള്ളൂ."

അഞ്ച്

കാവല്ക്കാർ

“**നീ** പലേടത്തും ധാരാളം കറങ്ങിനടക്കാറുണ്ടല്ലോ. അപ്പോൾ, മനുഷ്യരുടെ അരുമ മൃഗങ്ങളും പക്ഷികളും ഏതെല്ലാമാണെന്ന് ഞാൻ പറഞ്ഞുതരേണ്ട കാര്യമില്ല. നീ തന്നെ അവയുടെ പേരു പറയ്.” ബില്ലിപ്പൂച്ചയ്ക്കുകൂടി സംസാരിക്കാൻ അവസരം കൊടുത്തുകൊണ്ട് നന്ദിനിപ്പശു ആവശ്യപ്പെട്ടു.

“ഞാൻ പറയാം. നായ, ആട്, കോഴി, താറാവ്, ലവ്ബേർഡ്സ്, പന്നി, പ്രാവ്..”

“മതി മതി. ബാക്കി പിന്നെപ്പറയാം.”

നന്ദിനിചേച്ചി ഗൗരവത്തിൽ വിഷയത്തിലേക്ക് കടന്നു. കേൾക്കാനായി കാത് കൂർപ്പിച്ച് ബില്ലിയും തയ്യാറായി.

“ആദ്യം നായകളെക്കുറിച്ചറിയാം. നായ്ക്കളാണല്ലോ നമുക്കെല്ലാം തുണയായി നില്ക്കുന്നത്?”

“ശരിയാ. അതുകൊള്ളാം. നമ്മുടെ നേതാവായ ടൈഗർ ചേട്ടന്റെ കാര്യങ്ങൾ അറിയാമല്ലോ.” ബില്ലി മ്റ്..മ്റ്...എന്ന് ചിണുങ്ങിച്ചിരിച്ചു.

“മനുഷ്യൻ ആദ്യമായി ഇണക്കി വളർത്തിയ മൃഗമാണത്രെ നായ! മനുഷ്യനുമായി വേഗത്തിൽ ഇണങ്ങുന്ന ഈ മൃഗം ആദ്യകാലത്ത് വേട്ടയ്ക്കും കൂട്ടിനും മനുഷ്യനെ സഹായിച്ചിരിക്കാം. പ്രാചീന മനുഷ്യന്റെ ശവക്കല്ലറയിൽ നായ്ക്കളുടെയും അസ്ഥി

കൾ കണ്ടെത്തിയതാണ് മനുഷ്യനും നായയും തമ്മിലുള്ള ബന്ധത്തിന് തെളിവായത്."

ക്യാനിഡേ കുടുംബത്തിലെ അംഗമായ നായ ചെന്നായയുടെ ഒരു ഉപജാതിയാണ്. കാനിസ് ഫെമിലിയാരിസ് (Canis familiaris) എന്നാണ് ഇതിന്റെ ശാസ്ത്രനാമം. കാനിസ് ല്യൂപ്പസ് ഫെമിലിയാരിസ് (Canis lupus familiaris) എന്നും പേരുണ്ട്. ലോകത്ത് അനേകം ജാതി നായ്ക്കളുണ്ട്. മനുഷ്യൻ പലതിനെയും പല ജാതികളുമായി കൂട്ടിയിണക്കി വളർത്തി പുതിയ ജാതികൾ ഉല്പാദിപ്പിച്ചിട്ടുണ്ട്. നായിനങ്ങൾ വലുപ്പത്തിലും ആകൃതിയിലും വളരെ വ്യത്യസ്തരാണ്. 2.5 കിലോഗ്രാം മുതൽ 25 കിലോഗ്രാംവരെ തൂക്കമുള്ളവ ഇവയുടെയിടയിലുണ്ട്. നായ്ക്കളിൽ ഏറ്റവും ചെറിയയിനം ചിവാവയും ഏറ്റവും വലുത് ഐറിഷ് വുൾഫ് ഹൗൻഡുമാണ്. പൊതുവെ ഉഷ്ണമേഖല കാലാവസ്ഥയോടാണ് ഇവയ്ക്ക് താല്പര്യമെങ്കിലും ഏത് കാലാവസ്ഥയിലും ജീവിക്കാൻ ഇവയ്ക്ക് സാധിക്കും.

നിരവധി ജാതികളുണ്ടെങ്കിലും അടിസ്ഥാനപരമായി ഇവയ്ക്കെല്ലാം ഒരേ ശരീരപ്രകൃതമാണ്. ചെന്നായ്ക്കളിൽനിന്ന് ഉരുത്തിരിഞ്ഞതിനാൽ വേട്ടയാടാൻ പറ്റിയ ശരീരാകൃതിയാണ്

നായ്ക്കൾക്കുള്ളത്. ഒതുങ്ങിയ ശരീരപ്രകൃതി ശത്രുക്കളുടെ പിന്നാലെ ഓടി ആക്രമിക്കാൻ യോജിച്ചതാണ്. ശത്രുക്കളെ കടിച്ചുകീറാനും മാംസവും എല്ലുകളും കടിച്ച് മുറിക്കാനും സഹായകമാണ് നീണ്ട് കൂർത്ത മോന്തയും ബലമുള്ള താടിയെല്ലുകളും മൂർച്ചയുള്ള പല്ലുകളും. പാദങ്ങളുടെ അടിവശം നല്ല കട്ടിയാണ്. പ്രായമേറുന്തോറും കട്ടി കൂടും. എവിടെയും സഞ്ചരിക്കാൻ ഇത് നായ്ക്കളെ സഹായിക്കുന്നു. പാദത്തിൽ നാല് വിരലുകളും ഒരു ചെറിയ വിരലുപോലുള്ള ഭാഗവുമാണ് കാണുക. നഖങ്ങൾക്ക് നല്ല കട്ടി കാണും. വേഗത്തിലോടുമ്പോൾ നിലത്ത് പിടിത്തം കിട്ടാനും മണ്ണുമാന്താനുമൊക്കെ ഈ നീണ്ട നഖങ്ങൾ സഹായിക്കും. ബില്ലീ നിന്നെപ്പോലെ നഖങ്ങൾ അകത്തേക്ക് വലിക്കാൻ ടൈഗറിനാവില്ല കേട്ടോ.

ഇവയ്ക്ക് 28 പാൽപ്പല്ലുകളും 42 സ്ഥിരദന്തങ്ങളുമാണുണ്ടാവുക. പാൽപ്പല്ലുകൾ 6–7 ആഴ്ച പ്രായമാകുമ്പോൾ സ്ഥിരദന്തങ്ങൾക്ക് വഴിമാറും. ഇവ സ്വാഭാവികമായി മാംസഭുക്കുകളാണ്. എലി, പെരുച്ചാഴി, മുയൽ, കീരി മുതലായ ചെറുമൃഗങ്ങളെയും പക്ഷികളെയുമാണിവ സാധാരണ പിടികൂടുക. മനുഷ്യരോടൊപ്പം ഇവ മിശ്രഭുക്കുകളായാണ് ജീവിക്കുന്നത്. എല്ലുകൾ കടിച്ചുപൊട്ടിക്കാൻ ഇവയ്ക്ക് പ്രത്യേക താല്പര്യമാണ്. രുചിയറിയാൻ വലിയ കഴിവുള്ളതായി അറിവില്ല. കിട്ടുന്നതെന്തും തിന്നുന്നതിൽ ഇവയ്ക്ക് ബുദ്ധിമുട്ടില്ല."

മനുഷ്യരുടെ നാലിരട്ടി കേഴ്‌വിശക്തിയുള്ള ഇവയ്ക്ക് വളരെ അകലെയുള്ള ശബ്ദത്തിന്റെ ദിശ വരെ മനസ്സിലാക്കാൻ കഴിയും. ചെവി പല ഭാഗത്തേക്കും തിരിക്കാൻ കഴിയുന്നത് ഇതിന് സഹായകമാണ്. ഈ കഴിവാണ് ഇവയെ നല്ല വേട്ടപ്പട്ടികളാക്കുന്നത്. അപാരമായ ഘ്രാണശക്തിയാണിവയ്ക്ക്. മറ്റൊരു മൃഗവും ഇക്കാര്യത്തിൽ നായയുടെ അടുത്തെങ്ങുമെത്തില്ല. കുറ്റവാളികളെ മണം പിടിച്ച് കണ്ടെത്താനായി നായ്ക്കളെ ഉപയോഗിക്കുന്നത് ഈ കഴിവ് മൂലമാണ്. ചിലയിനങ്ങൾ ബുദ്ധിയിൽ വളരെ മുൻപന്തിയിലാണ്. ഓർമ്മശക്തിയിലും സ്പർശനശക്തിയിലും ഇവ ഒട്ടും പിന്നിലല്ല. എന്നാൽ, കാഴ്ചശക്തി അത്ര കേമമല്ല. നിറങ്ങൾ തിരിച്ചറിയാൻ ഇവയ്ക്ക് വലിയ കഴിവി

ല്ലെന്നാണ് കരുതപ്പെടുന്നത്. രാത്രികാഴ്ച കൂടുതലുണ്ട്. രാത്രിയിൽ വെളിച്ചമടിച്ചാൽ കണ്ണുകൾ നീലനിറത്തിൽ തിളങ്ങും. യജമാന സ്നേഹത്തിലും നായ്ക്കളെ വെല്ലാൻ മറ്റൊരു ജീവിയില്ല. ജോലികൾ ചെയ്യാൻ ഇവയെ പരിശീ ലിപ്പിച്ചെടുക്കാനാവും. ചിലയിടങ്ങളിൽ ആട്ടിൻപറ്റങ്ങളെയും കന്നുകാലിക്കൂട്ടങ്ങളെയും മേയ്ക്കാനും അന്ധരെ നയിക്കാനും നായ്ക്കളെ ഉപയോഗിച്ചിരുന്നുവത്രെ! ഇതെല്ലാമാണ് നായ്ക്കളെ മനുഷ്യന്റെ സന്തതസഹചാരിയും കളിക്കൂട്ടുകാരനും വീട്ടുകാവല്ക്കാരനുമൊക്കെയാക്കിയത്." നന്ദിനിപ്പശു പറഞ്ഞു നിർത്തി.

''നിനക്കിപ്പോൾ നമ്മുടെ ടൈഗറിനെപ്പറ്റി എന്തു തോന്നുന്നു?"

"ടൈഗർ ചേട്ടൻ ആള് ജഗജില്ലിയല്ലേ? ചേച്ചീ ഒരു സംശയം. നായ്ക്കൾ എത്രകാലം ജീവിച്ചിരിക്കും?"

"അത് ഞാൻ പറയാൻ മറന്നു. സാധാരണഗതിയിൽ 10-13 വർഷമാണ് ആയുസ്സ്. ജീവിതസാഹചര്യമനുസരിച്ച് ഇവയുടെ ആയുസ്സിൽ വ്യത്യാസം വരുമെന്ന് പറയപ്പെടുന്നു."

"മറ്റൊന്നു കൂടി. വർഷത്തിൽ രണ്ടു പ്രാവശ്യംവരെ ഇവ പ്രസവിക്കും. 56 മുതൽ 72 ദിവസം വരെയാണ് ഗർഭകാലം. 4 മുതൽ 6 കുട്ടികൾ വരെയാണ് സാധാരണ കാണുക. ചിലപ്പോൾ ഇതിലധികവും ഉണ്ടാകാറുണ്ട്. ജനിക്കുമ്പോൾ കുഞ്ഞുങ്ങളുടെ കണ്ണുകൾ അടഞ്ഞിരിക്കും. ഇനി എന്തെങ്കിലുമുണ്ടോ അറിയാൻ?"

"നായ്ക്കളുടെ കാര്യം എല്ലാമായി. ഇനി മറ്റൊരു അരുമമൃ ഗത്തെക്കുറിച്ചാവാം ചേച്ചി."

"എന്നാൽ, ആടിനെക്കുറിച്ചാവാം ബില്ലീ."

"ചേച്ചീടെ ഇഷ്ടം."

ആറ്

ജമുനാപാരി

“എന്താണ് അവിടെ നിങ്ങൾ രണ്ടാളുംകൂടി ഇത്ര ദീർഘമായി സംസാരിക്കുന്നത്? എനിക്കും കേൾക്കാമല്ലോ അല്ലേ?”

ശബ്ദം കേട്ട ഭാഗത്തേക്ക് നന്ദിനിയും ബില്ലിയും നോക്കി. കുക്കുടൻ പൂവൻകോഴിയാണ്. കുക്കുടൻ കഴുത്ത് നീട്ടി ഉറക്കെ ഒന്ന് കൂവി. ചിറകടിച്ചുകൊണ്ട് അവരുടെ അരികിലേക്ക് ഓടിയെത്തി.

“ഒരു പൊതുയോഗം കൂടാനും ഒരു സംഘടന രൂപീകരിക്കാനുമായി ഈ വരുന്ന ഞായറാഴ്ച നമ്മൾ വളർത്തുമൃഗങ്ങൾ ഒത്തുകൂടുന്നുണ്ടല്ലോ. അതിനെക്കുറിച്ചു പറയാനാണ് ബില്ലി വന്നത്. അക്കാര്യം സംസാരിച്ച് സംസാരിച്ച് ഞങ്ങൾ മനുഷ്യരുടെ ഓമനമൃഗങ്ങളുടെ കാര്യങ്ങളിലേക്കെത്തി.” നന്ദിനിപ്പശു വിശദീകരിച്ചു.

“ആണോ? എങ്കിൽ കേൾക്കാൻ ഞാനുമുണ്ട് ചേച്ചീ.” അതും പറഞ്ഞുകൊണ്ട് കുക്കുടൻ നന്ദിനിയുടെ അരികിൽ തണുപ്പുള്ള നിലത്തിരിപ്പായി.

“ഞങ്ങൾ ആടുകളെക്കുറിച്ച് പറയാൻ തുടങ്ങുകയായിരുന്നു.” നന്ദിനിപ്പശു തുടർന്നു.

“മനുഷ്യർ ആദ്യമായി ഇണക്കിവളർത്തിയ മൃഗങ്ങളി

ലൊന്നാണ് ആട്. ഞങ്ങളുടെ കുടുംബമായ ബോവിഡേയിൽ പ്പെട്ടവരാണ് ആടുകൾ. 10000 വർഷങ്ങൾക്ക് മുമ്പ് മുതൽ ഇവ മനുഷ്യരോടൊപ്പമുണ്ട്. ഇറാനിലാണ് ആടിനെ ഇണക്കിവ ളർത്താൻ ആരംഭിച്ചതെന്ന് കരുതുന്നു. ആടുകളിലെ രണ്ടു പ്രധാനികളാണ് കോലാടുകളും ചെമ്മരിയാടുകളും. നമ്മുടെ ജുമൈലത്താത്തയുടെ സുന്ദരിയാടും മുട്ടനാടും കോലാടുക ളെന്ന വർഗ്ഗത്തിൽപ്പെട്ടതാണ്. കാപ്രിനേ എന്ന ഉപകുടുംബ ത്തിലാണ് ഇവ ഉൾപ്പെടുന്നത്. ഇവയുടെ ബന്ധുവായ ഒരു വന്യ മൃഗമാണ് ഇരവികുളം ദേശീയോദ്യാനത്തിലുള്ള വരയാട്."

"വരയാടുകളെക്കുറിച്ച് ഞാൻ കേട്ടിട്ടുണ്ട് ചേച്ചി." കുക്കുടൻ ഇടയ്ക്കു കയറി പറഞ്ഞു

"നിനക്കെങ്ങനെ അറിയാം ഇടുക്കി ജില്ലയിലുള്ള വരയാടു കളെ?" ആ ഇടപെടൽ ഇഷ്ടപ്പെടാതെ, ബില്ലി അല്പം നീരസത്തോടെ ചോദിച്ചു.

"എന്റെ വീട്ടുകാർ കഴിഞ്ഞ മാസം ഇരവികുളത്ത് ടൂർ പോ യിരുന്നു. അവർ വന്നശേഷം അപ്പുറത്തെ മോളിയാന്റിയോട്

യാത്രയുടെ വിശേഷങ്ങൾ പറഞ്ഞ കൂട്ടത്തിൽ വരയാടുകളെ കണ്ടെന്നും അവയുടെയടുത്തുനിന്ന് ഫോട്ടോയെടുത്തെന്നുമൊക്കെ ഗീതാമ്മ പറയുന്നത് ഞാൻ കേട്ടു."

"അതുശരി. അവ വംശനാശഭീഷണി നേരിടുന്നവയാണ് കേട്ടോ."

"കോലാടുകളുടെ ശാസ്ത്രനാമം കാപ്ര ഏഗാഗ്രസ് ഹിർക്കസ് (Capra aegagrus hircus) എന്നാണ്. ഇവയെ ലോകത്തിന്റെ വിവിധ ഭാഗങ്ങളിൽ കാണപ്പെടുന്നുണ്ട്. 300 ലധികം ഇനം ആടുകളുണ്ടെന്ന് പറയപ്പെടുന്നു. നിറത്തിലും രൂപത്തിലും വലുപ്പത്തിലും കൊമ്പുകളുടെ ആകൃതിയിലുമൊക്കെ ഇവ തമ്മിൽ വളരെ അന്തരമുണ്ട്. ഇനമനുസരിച്ച് 35 കി.ഗ്രാം മുതൽ 175 കി.ഗ്രാം വരെ ഭാരം വരും. ശരാശരി ഭാരം 60 കി ഗ്രാമാണ്. പൊതുവെ ആണാടുകൾക്ക് പെണ്ണാടുകളേക്കാൾ വലുപ്പവും ഉയരവും ഭാരവും കൂടുതലായിരിക്കും."

ആണിനും പെണ്ണിനും രണ്ടുവീതം കൊമ്പുകളുണ്ടാവും. പെണ്ണാടുകളുടെ കൊമ്പ് താരതമ്യേന ചെറുതായിരിക്കും. ഇവ പിന്നിലേക്കാണ് വളരുക. ഇനമനുസരിച്ച് കൊമ്പിന്റെ ആകൃതിയിൽ വ്യത്യാസമുണ്ടാവും. തവിട്ടുനിറമുള്ള കൊമ്പുകളിൽ കുറുകെ നിരവധി വളയങ്ങൾ (വരകൾ) കാണാവുന്നതാണ്. കൊമ്പില്ലാത്ത ഇനങ്ങളുമുണ്ട്. ബലമുള്ള കൈകാലുകളും ഉറച്ച ശരീരവുമാണിവയ്ക്ക്. ഇവയുടെ ദേഹത്ത് നിറയെ രോമങ്ങളുണ്ടാവും. രോമങ്ങളുടെ നിറമനുസരിച്ച് ഇവ വെള്ളയോ കറുപ്പോ തവിട്ടോ നിറങ്ങളിൽ കണ്ടുവരുന്നു."

"ചേച്ചിയുടെ വർഗ്ഗക്കാരെപ്പോലെ ഇവരുടെ കൂട്ടത്തിൽ പുള്ളിയുള്ളവ കാണുമോ?" കുക്കുടന് സംശയമായി.

"കാണും കുക്കുടാ. തവിട്ടും വെള്ളയും പുള്ളികളുള്ളവയും കറുപ്പും വെള്ളയും പുള്ളികളുള്ളവയുമൊക്കെ കാണാറുണ്ട്. പൊതുവെ, ആടുകൾ ഒറ്റ നിറക്കാരാണ്."

"മനുഷ്യരെപ്പോലെ ഇവയ്ക്കും താടി കാണും കേട്ടോ. ഒരു വ്യത്യാസം മാത്രം. ഇവയിലെ ആണിനും പെണ്ണിനും താടിയുണ്ടാവും!" നന്ദിനി കണ്ണുകളിറുക്കി ചിരിച്ചു.

"നമ്മുടെ സുന്ദരിയാടിന്റെ മോൾ ഓമനക്കുട്ടിയെ ആ

വീട്ടിലെ ഉണ്ണിക്കുട്ടൻ കുണുക്കിട്ടാട്ടിയെന്ന് വിളിച്ചു കളിയാക്കാറുള്ളത് നിങ്ങൾ കേട്ടിട്ടില്ലേ? അവളുടെ കഴുത്തിനു കീഴെ ഇരുവശത്തുമായി കുണുക്കു പോലുള്ള രണ്ടു ചെറിയ ഭാഗങ്ങൾ തൂങ്ങിക്കിടക്കുന്നതു കൊണ്ടാണത്. ഈ കുണുക്കുകൾ മിക്ക ആടുകൾക്കും കാണും. ചിലപ്പോൾ ഒരു കുണുക്കേ കാണൂ."

"എന്തായാലും അത് കാണാൻ നല്ല ഭംഗിയാണ്." ബില്ലി പറഞ്ഞു.

"അതെയതെ, അവൾ തുള്ളിച്ചാടിയോടുമ്പോൾ ആ ഭംഗിയുള്ള കുണുക്കുകൾ ആടുന്നത് ഞാൻ നോക്കിനിന്നിട്ടുണ്ട്." കുക്കുടൻ ബില്ലിയുടെ അഭിപ്രായം ശരിവച്ചു.

അതംഗീകരിച്ച് തലയാട്ടിക്കൊണ്ട് നന്ദിനി തുടർന്നു. "ആടുകളുടെ വലിയ ചെവികൾ തൂങ്ങിക്കിടക്കുന്ന രീതിയിലാണ് കാണുക. മുഴച്ചുനില്ക്കുന്നതുപോലുള്ള കണ്ണുകൾക്ക് അടഞ്ഞ മഞ്ഞനിറമാണ്. കൃഷ്ണമണി കൺപോളകൾക്ക് സമാന്തരമായി ഒരു വിടവുപോലെ കാണപ്പെടും. ചുണ്ടുകൾക്ക് ചലനക്ഷമത വളരെ കൂടുതലാണ്. അതിനാൽ, നിലത്ത് കിടക്കുന്ന ഇലകളും മറ്റും പെറുക്കിത്തിന്നാൻ സാധിക്കും. വളർച്ച പൂർത്തിയാകുമ്പോൾ 32 പല്ലുകൾ കാണും. കുട്ടികൾക്ക് പല്ലുകളുടെ എണ്ണം കുറവായിരിക്കും. വാൽ ചെറുതാണ്. ഇവയെല്ലാം ഇരട്ടക്കുളമ്പുള്ളവയാണ്. സ്വാഭാവികമായി ചെറുസംഘമായി, അലസതയോടെയാണ് സഞ്ചാരം. പൊതുവെ അക്രമസ്വഭാവം ഇല്ലാത്ത, ശാന്തസ്വഭാവികളാണ് ആടുകൾ. പെട്ടെന്ന് ഇവ ഭയപ്പെടാറുണ്ട്. ഓടാൻ കഴിയുമെങ്കിലും തിരിച്ചാക്രമിക്കുന്നതിൽ ഇവ പരാജയമാണ്. ഭയന്നാൽ ഉച്ചത്തിൽ മേ മേ മേ.. എന്ന് നിലവിളിക്കും."

"ശരിയാണ്. ടൈഗർ ചേട്ടനെക്കാണുമ്പോൾ സുന്ദരിയും മക്കളും വിളിയോടുവിളിയാണ്. ജുമൈലത്താത്ത ഇതിന് അവരെ വഴക്കുപറയുന്നത് കേട്ടിട്ടുണ്ട്." കുക്കുടൻ പറഞ്ഞത് നന്ദിനിയും ബില്ലിയും തലയാട്ടി സമ്മതിച്ചു.

"ഇങ്ങനെ ഒച്ചവച്ച് കരയുമെങ്കിലും അവ സാധുക്കളല്ലേ? ആരടുത്തുചെന്നാലും സൗമ്യതയോടെ നില്ക്കും. എന്നാൽ, മുട്ടനാടുകൾ എല്ലായിപ്പോഴും അങ്ങനെയല്ല കേട്ടോ. അവ ആരെയും അടുപ്പിക്കുകയില്ല."

ഇവ പൂർണ്ണമായും സസ്യഭോജികളാണ്. കൊടുക്കുന്ന മിക്ക പദാർത്ഥങ്ങളും തിന്നുമെങ്കിലും പച്ചിലകളാണ് പ്രിയം. ഉയർന്നുനില്ക്കുന്ന സസ്യങ്ങളിൽനിന്ന് ഇലകൾ നേരിട്ട് കടിച്ചു തിന്നാനാണ് ഇവയ്ക്കിഷ്ടം.

"ഓ, അതുകൊണ്ടാണല്ലേ സുന്ദരിയാടിന് ജുമൈലത്താത്ത ചെറു മരച്ചില്ലകളും കുറ്റിച്ചെടിക്കൊമ്പുകളും മറ്റും കെട്ടിത്തൂക്കിയിട്ടുകൊടുക്കുന്നത്?" പകുതി ആത്മഗതംപോലെ കുക്കുടൻ പറഞ്ഞതുകേട്ട് ബില്ലി മ് മ് എന്ന് തലയാട്ടി മൂളി.

"ഇങ്ങനെ കിട്ടാത്തപ്പോൾ നിലത്തു വീണുകിടക്കുന്ന ഇലകളും പഴങ്ങളുമൊക്കെ തിന്നാനും ഇവ മടിക്കാറില്ല കേട്ടോ. ഞങ്ങളെപ്പോലെ ഇവയ്ക്കും നാലറകളുള്ള ആമാശയമാണ്. അയവിറക്കുന്ന സ്വഭാവവുമുണ്ട്."

"ഞങ്ങളെപ്പോലെ ഇവയും സസ്തനികളാണ്. ഒരു വയസ്സാകുമ്പോൾ ഇവയ്ക്ക് പ്രത്യുല്പാദനശേഷി കൈവരും. ആണാടുകളാണ് വേഗത്തിൽ പ്രത്യുല്പാദനശേഷി കൈവരിക്കുന്നത്. ഗർഭകാലം 150 ദിവസമാണ്. ഒരു പ്രസവത്തിൽ സാധാരണ രണ്ടു കുട്ടികളാണ് കാണുക. എന്നാൽ, ആറു കുട്ടികൾവരെ കാണാറുണ്ട്. കുട്ടികൾക്ക് 3–5 കി.ഗ്രാം തൂക്കമുണ്ടാവും."

"എത്ര വർഷം ആയുസ്സു കാണും ആടുകൾക്ക്?"

"ബില്ലീ, ശരാശരി 10 വർഷമാണ് ഇവയുടെ ആയുസ്സ്. ഇനഭേദമനുസരിച്ച് 12–18 വർഷം വരെ ഇവ ജീവിച്ചിരിക്കും."

"പാലിനു വേണ്ടിയാണ് ആളുകൾ വീടുകളിൽ ആടിനെ വളർത്തുന്നത്. ആട്ടിൻ പാലിന് കൊഴുപ്പ് കൂടുതലാണ്. എളുപ്പത്തിൽ ദഹിക്കുന്നതിനാൽ മറ്റു മൃഗങ്ങളുടെ കുഞ്ഞുങ്ങളെ ഊട്ടാനായി ഈ പാൽ ഉപയോഗിക്കാറുണ്ട്. അതിനാൽ, ഇതിന് യൂണിവേഴ്സൽ മിൽക്ക് എന്നൊരു വിശേഷണമുണ്ട്. മാംസത്തിനും തോലിനുംവേണ്ടി വ്യാവസായികാടിസ്ഥാനത്തിലും ഇവയെ വളർത്താറുണ്ട്. മുമ്പ് എല്ലാ മതാചാരങ്ങളിലും ഇതിനെ ബലിമൃഗമായി ഉപയോഗിച്ചിരുന്നു."

"ചേച്ചീ, കേരളത്തിൽക്കാണുന്ന ആടിനങ്ങളുടെ പേരു കൂടി പറഞ്ഞുതരാമോ?"

“നമ്മുടെ നാട്ടിൽ വിവിധ ഇനങ്ങൾ കാണപ്പെടുന്നുണ്ട്. അട്ടപ്പാടി കറുത്ത ആട്, ജമുനാപാരി, നാടൻആട്, മലബാറി ആട് എന്നിവയാണ് പ്രധാന ഇനങ്ങൾ. നമ്മുടെ ജാനകിച്ചേച്ചിയുടെ കറുമ്പി അട്ടപ്പാടി ആടാണ്. സുന്ദരി മലബാറിയാണ്.”

കുക്കുടൻ നിശ്ശബ്ദനായി എന്തോ ആലോചിച്ചിരുന്നു.

“എന്താ കുക്കുടാ ആലോചന?” ക്ലാസിൽ ശ്രദ്ധിക്കാതിരിക്കുന്ന കുട്ടിയോട് അദ്ധ്യാപിക ചോദിക്കുന്നതുപോലെ നന്ദിനിപ്പശു ചോദിച്ചു.

“അട്ടപ്പാടി ആടിനെക്കുറിച്ച് ചേച്ചി പറഞ്ഞല്ലോ. അതിനെക്കുറിച്ച് കൂടുതലറിയാമോ?”

എന്തോ ഓർത്തുകൊണ്ട് നന്ദിനിപറഞ്ഞു. “വലിയ അറിവില്ല. എങ്കിലും അറിയാവുന്നത് പറയാം. കേരളത്തിലെ ദേശജാതിയായ ഒരിനം ആടാണിത്.”

ഉടനെ ബില്ലിക്ക് സംശയമായി “ചേച്ചി എന്താണീ ദേശജാതി എന്നു പറഞ്ഞാൽ?”

“അതോ” ഒരുനിമിഷം നിർത്തി നന്ദിനി ആലോചനയിലാണ്ടു. ബില്ലിയും കുക്കുടനും ജിജ്ഞാസയോടെ പരസ്പരം നോക്കി.

“ഒരു പ്രത്യേക പ്രദേശത്ത് മാത്രം കാണപ്പെടുന്ന ജീവികളാണെന്ന് സൂചിപ്പിക്കാൻ ഉപയോഗിക്കുന്ന വാക്കാണ് ദേശജാതി. തദ്ദേശജാതിയെന്നും ദേശ്യജാതിയെന്നുമൊക്കെ ഇവയെ വിളിക്കാറുണ്ട്. ഇംഗ്ലീഷിൽ ഇവയെ എൻഡമിക്ക് എന്നു പറയും. മറ്റൊരു സ്ഥലത്തും ഇവയെ കാണാൻ സാധിക്കില്ല. ഇങ്ങനെയുള്ള സസ്യങ്ങളും ജന്തുക്കളും പല രാജ്യങ്ങളിലും ഉരുത്തിരിഞ്ഞിട്ടുണ്ട്. വരയാടുകളും സിംഹവാലൻ കുരങ്ങും ചെന്തുരുണിമരവും ആഞ്ഞിലിയുമൊക്കെ പശ്ചിമഘട്ടത്തിലെ ദേശജാതികളാണ്.”

“പാലക്കാട് ജില്ലയിലെ അട്ടപ്പാടിയിൽ ജന്മമെടുത്തതിനാലാണ് ഈ ആടുകൾക്ക് ഇത്തരമൊരു പേര് വന്നത്. പശ്ചിമഘട്ടത്തിലെ നീലഗിരിക്കുന്നുകൾക്ക് സമീപമുള്ള മലയോരമേഖലയായ അട്ടപ്പാടിയിൽ മാത്രമേ ഇവയെ സ്വാഭാവികമായി കാണാനാവൂ. പ്രധാനമായും, ഇവിടത്തെ ആദിവാസി

വിഭാഗങ്ങളാണ് ഇവയെ വളർത്തുന്നത്. ഇവിടെയുള്ള മുഡുകർ, ഇരുളർ, കുറുമ്പർ മുതലായ ആദിവാസിവിഭാഗങ്ങളുടെ പ്രധാന ജീവിതമാർഗ്ഗം ഇവയെ വളർത്തലും കൃഷിയുമാണ്. അഗളി, ഷോളയൂർ, പുതൂർ എന്നീ പഞ്ചായത്തുകളിലെ ഗ്രാമങ്ങളിലാണ് ഈ ആടുകളെ കണ്ടുവരുന്നത്. മലകളിലൂടെയും കുന്നുകളിലൂടെയും സഞ്ചരിക്കാനും ഉണക്കപ്പുല്ലുകളും മറ്റും കഴിക്കാനും ഇവയ്ക്ക് പ്രത്യേക കഴിവുണ്ട്. ഇവയുടെ ശരീരം ദൃഢവും കറുത്ത രോമങ്ങൾ പൊതിഞ്ഞതുമാണ്. മെലിഞ്ഞു നീണ്ട കാലുകളും പിന്നിലേക്ക് വളഞ്ഞ കറുത്ത കൊമ്പുകളും മുകളിലേക്ക് വളഞ്ഞ വാലും ഇവയുടെ പ്രത്യേകതകളാണ്. ഇടത്തരം വലുപ്പമുള്ള ചെവികൾക്ക് 13.5 സെ.മീ. വരെ നീളം കാണും. വാല് രോമനിബിഡമാണ്. കണ്ണിന് വെങ്കലനിറമായിരിക്കും. ഉറച്ച ശരീരത്തിന് ശരാശരി 67 സെ മീ നീളവും 80 സെ മീ ഉയരവും വയ്ക്കും. പെണ്ണാടുകൾക്ക് നീളവും ഉയരവും അല്പം കുറവായിരിക്കും. ഇവയ്ക്ക് 63 സെ മീ നീളവും 67 സെ മീറ്ററോളം ഉയരവുമാണുണ്ടാവുക. പ്രായപൂർത്തിയെത്തിയ ആണാടുകൾക്ക് 34-36 കി ഗ്രാമും പെണ്ണാടുകൾക്ക് 31 കി. ഗ്രാമും തൂക്കം കാണും.

153 ദിവസമാണ് ഗർഭകാലം. ഒരു പ്രസവത്തിൽ മിക്കവാറും ഒരു കുട്ടിയാണുണ്ടാവുക. ചിലപ്പോൾ രണ്ടു കുട്ടികളും കാണാറുണ്ട്. അതിലധികമായി കുട്ടികളുണ്ടാവുന്നത് വളരെ വിരളമാണ്. നവജാത ആൺ ആട്ടിൻകുട്ടിക്ക് 1.75 കി.ഗ്രാം തൂക്കവും പെണ്ണിന് 1.60 കി.ഗ്രാം തൂക്കവും കാണും."

ഇവയ്ക്ക് പാലുല്പാദനം വളരെ കുറവാണ്. ഒരുദിവസം ശരാശരി 200 മില്ലീലിറ്റർ പാലാണ് ലഭിക്കുക. എന്നാൽ, രോഗപ്രതിരോധശേഷിയും അതിജീവനശേഷിയും നന്നായുണ്ട്. ചൂടുകൂടിയതും വരണ്ടതുമായ കാലാവസ്ഥകളിൽ ജീവിക്കാൻ ഇതിന് കഴിയും. കടുത്ത വെയിലും തണുപ്പും താങ്ങാനാവും. സ്ത്രീകൾക്കും വയോജനങ്ങൾക്കും പരിപാലിക്കാൻ സാധിക്കുന്ന സ്വഭാവമാണ്. വലിയ ശ്രദ്ധയോ പരിചരണമോ ആവശ്യമില്ല. ഇതിന്റെ പാലും മാംസവും സ്വാദിഷ്ഠമാണ്. ഇറച്ചിക്കാണ് പ്രധാനമായി ഇവയെ വളർത്തുന്നത്. ആദിവാസികൾ

കൃഷിക്ക് ഇതിന്റെ കാഷ്ഠം ഉപയോഗിക്കുന്നു.

"അടുത്തകാലത്ത് കേരള കാർഷിക സർവ്വകലാശാല നടത്തിയ കണക്കെടുപ്പിൽ 5000 ത്തിൽ താഴെയാണ് ഇവയുടെ എണ്ണം എന്ന് കണ്ടെത്തിയിട്ടുണ്ട്." നന്ദിനി ഒന്ന് നിർത്തി.

"ഇനി സംശയം വല്ലതുമുണ്ടോ?"

"ഇല്ല ചേച്ചീ." രണ്ടാളും ഏകസ്വരത്തിൽ പറഞ്ഞു.

ഏഴ്

കൊക്കരക്കോ

"എന്താണ് കുക്കുടന് ഒരു മൗനം?" മിണ്ടാതെ നില്ക്കുന്ന കോഴിപ്പൂവനെ നോക്കി നന്ദിനിപ്പശു ചോദിച്ചു.

"ചേച്ചീ എന്റെ വർഗ്ഗക്കാരുടെ കാര്യങ്ങൾ വല്ലതും ചേച്ചിക്ക് അറിയാമോ?.." അവൻ തെല്ലൊരു ആകാംക്ഷയോടെ ചോദിച്ചു.

"കുറച്ചെല്ലാം അറിയാം. നിന്റമ്മ സരസ എന്റെ പുല്ലൂട്ടിയുടെ മൂലയിൽ മുട്ടയിടാനിരിക്കുമ്പോൾ ഞങ്ങൾ ഒരുപാട് നേരം വർത്തമാനം പറയുമായിരുന്നു. അവൾ നിങ്ങളുടെ കുടുംബത്തിന്റെ ഒത്തിരി കഥകളും കാര്യങ്ങളും പറഞ്ഞിട്ടുണ്ട്. പാവം, സരസ." അല്പനേരം നന്ദിനി വിഷാദമൂകയായിരുന്നു.

"എനിക്ക് അധികകാലം അമ്മയോടൊത്ത് കഴിയാനൊത്തില്ല. ചേച്ചിയുടെ എരുത്തിലിൽനിന്ന് തിരിച്ചു പോകുമ്പോഴാണല്ലോ അമ്മയെ ആ ദുഷ്ടൻ കീരി ഓടിച്ചതും പേടിച്ചോടിയപ്പോൾ പാചകവാതകക്കുറ്റികൾ കൊണ്ടുവരുന്ന പെട്ടിഓട്ടോയുടെ അടിയിൽപ്പെട്ട് മരിച്ചതും." അവന്റെ സ്വരമിടറി. മൂവരും ആ ദൃശ്യം വീണ്ടും കാണുന്നതുപോലെ ഏറെനേരം ദു:ഖിച്ചിരുന്നു. സാഹചര്യത്തിന് അയവുവരുത്താനായി നന്ദിനി പറഞ്ഞു "ഞാൻ നിങ്ങളുടെ കുടുംബകഥ പറയാം."

"പറയൂ ചേച്ചി." ബില്ലി പ്രോത്സാഹിപ്പിച്ചു.

ദീർഘമായി ശ്വസിച്ചുകൊണ്ട് സാവധാനം നന്ദിനി പറഞ്ഞു തുടങ്ങി.

“ഇന്ത്യയിൽ വളർത്തുപക്ഷികളിൽ ഒന്നാംസ്ഥാനത്ത് നില്ക്കുന്നവയാണ് കോഴികൾ. കാട്ടുകോഴികളിൽനിന്ന് ഉരുത്തിരിഞ്ഞതാണ് ഇന്നു കാണുന്ന വളർത്തുകോഴികൾ. കോഴികളുടെ പൂർവ്വികർ ജീവിച്ചിരുന്നത് ഇന്ത്യയിലാണെന്ന് ശാസ്ത്രലോകം കരുതുന്നു. എന്നാൽ, ഇന്ത്യയോ, ശ്രീലങ്കയോ, മ്യാൻമാറോ, സുമാത്രയോ ആണെന്നും ഒരു ചെറുവിഭാഗം സൂചിപ്പിക്കുന്നുണ്ട്. കോഴികളെ ഇണക്കി വളർത്താൻ മനുഷ്യനെ പ്രേരിപ്പിച്ചത് കോഴിപ്പോര് എന്ന വിനോദമാണെന്ന് അഭിപ്രായമുണ്ട്. ക്രിസ്തുവിന് ആയിരത്തിലേറെ വർഷം മുമ്പേ കോഴിപ്പോരുകൾ നടന്നിരുന്നതായി സൂചനകളുണ്ട്. ഇന്ന് സാമ്പത്തിക പ്രാധാന്യം ഏറെ

യുള്ള വളർത്തുപക്ഷികളാണിവ."

കോഴികൾക്ക് ശാസ്ത്രജ്ഞർ നല്കിയിരിക്കുന്ന പേരെന്താണെന്നറിയാമോ? ഗാല്ലസ് ഗാല്ലസ് ഡൊമസ്റ്റിക്കസ് (Gallus gallus domesticus). പറയാൻ നല്ല രസമുണ്ടല്ലേ? ഗാല്ലസ് ഗാല്ലസ് എന്നത് കാട്ടുകോഴിയുടെ പേരാണ്. അവയിൽനിന്ന് ഉരുത്തിരിഞ്ഞ വീട്ടുകോഴി എന്നാണ് ഗാല്ലസ് ഗാല്ലസ് ഡൊമസ്റ്റിക്കസ് എന്നതിനർത്ഥം. ഫാസിയാനിഡേ കുടുംബത്തിലെ അംഗങ്ങളാണിവ.

ലോകത്ത് ധാരാളം ഇനം വളർത്തുകോഴികളുണ്ട്. ഇവ ഉയരത്തിലും തൂക്കത്തിലും രൂപത്തിലും നിറത്തിലുമൊക്കെ വ്യത്യസ്തരാണ്. തൂവലുകളാൽ പൊതിഞ്ഞതാണ് ഇവയുടെ ശരീരം. ഏറ്റവും കൂടുതൽ തൂവലുകൾ ഉള്ള കോഴികൾ അമേരിക്കയിലാണ് കാണപ്പെടുന്നത്. കാലുകൾ ബലമുള്ളതും ശല്ക്കങ്ങളാൽ പൊതിഞ്ഞതുമാണ്. നാലു വിരലുകളാണ് കാണുക. മൂന്നെണ്ണം മുന്നിലേക്കും ഒരെണ്ണം പിന്നിലേക്കും തിരിഞ്ഞിരിക്കും. മുന്നിലെ വിരലുകളിൽ നടുവിലത്തേത് മറ്റുള്ളവയേക്കാൾ നീണ്ടിരിക്കും. വിരലുകളിൽ കൂർത്ത നഖങ്ങൾ കാണാറുണ്ട്. മണ്ണ് മാന്തിച്ചികയാൻ ഇവ സഹായകമാണ്. ചിറകുകളുണ്ടെങ്കിലും ഇവയ്ക്ക് അധികദൂരം പറക്കാൻ സാധിക്കില്ല. മറ്റ് വളർത്തുജീവികളെ അപേക്ഷിച്ച് കോഴികൾക്ക് ആയുസ്സ് കുറവാണ്. 5–10 വർഷമാണ് പരമാവധി ആയുസ്സ്. ഓരോ കാര്യം പറയുമ്പോഴും ശരിയാണെന്ന മട്ടിൽ കുക്കുടൻ തലയാട്ടിക്കൊണ്ടിരുന്നു.

പെൺകോഴിയെ പിടയെന്നും ആൺകോഴിയെ പൂവനെന്നുമാണ് വിളിക്കുന്നതെന്ന് നിങ്ങൾക്കറിയാമല്ലോ? ഒറ്റനോട്ടത്തിൽ ത്തന്നെ രണ്ടിനെയും തിരിച്ചറിയാം. പൂവനാണ് സൗന്ദര്യം കൂടുതൽ. തലയുടെ മുകളിൽ, ഉയർന്നുനില്ക്കുന്നതും മറ്റു പക്ഷികളിൽ കാണപ്പെടാത്തതുമായ കടുംചുവപ്പുനിറമുള്ള ഉച്ചിപ്പൂവും താടിപോലെ തൂങ്ങിനില്ക്കുന്ന കടുംചുവപ്പ് താടയും പിറകിൽ കമാനാകൃതിയിൽ ഉയർന്നുനില്ക്കുന്ന അങ്കവാലും മനോഹരമാണ്. അവയുടെ കഴുത്തിനു ചുറ്റിലും നെക്ലേസുപോലെ അനേകം നീണ്ടുമെലിഞ്ഞ തൂവലുകൾ കാണാം. പൂർണ്ണ

വളർച്ചയെത്തിയവയുടെ തൂവലുകൾക്ക് തിളക്കമുണ്ടാവും."

കുക്കുടൻ തന്നെ അതിന് തെളിവ്. ബില്ലി കണ്ണു കൊണ്ട് ആംഗ്യം കാട്ടി.

കോ... കൊക്ക.. കൊക്കഹേ കുക്കുടൻ അഭിമാനത്തോടെ, അതിലേറെ സന്തോഷത്തോടെ തലയുയർത്തിപ്പിടിച്ച് ചുവന്ന പൂവ് വിടരുമാറ് കൂവി. നന്ദിനിയും ബില്ലിയും അതുകണ്ട് ചിരിച്ചുപോയി. ചിരിച്ചുകൊണ്ട് തന്നെ നന്ദിനി വിവരണം തുടർന്നു

"പറക്കുന്നതിനേക്കാൾ, വേഗത്തിലോടാനാണ് ഇവയ്ക്ക് താല്പര്യം. വേഗത്തിൽ ശ്വസിക്കുന്ന കോഴികളുടെ ഹൃദയസ്പന്ദനം ഒരു മിനിട്ടിൽ 300 നും 370 നുമിടയ്ക്കാണ്. ശരീരോഷ്മാവ് കൂടിയ ഒരു പക്ഷിയാണിത്. നൂറ് ഡിഗ്രിക്ക് മുകളിലാണ് ഇവയുടെ ശരീരതാപം. ശരീരതാപം നിലനിർത്തുന്നതും രോഗങ്ങളിൽ നിന്ന് ഇവയെ സംരക്ഷിക്കുന്നതും തൂവലുകളാണ്.

പല്ലുകളില്ലാത്ത താടിയെല്ലുകൾ ഇവയുടെ പ്രത്യേകതയാണ്. മിശ്രഭോജികളായ ഇവ കാലുപയോഗിച്ച് നിലം ചികഞ്ഞാണ് ഭക്ഷണം കണ്ടെത്തുന്നത്. വിരകളും പുഴുക്കളും ചിതലുകളും പ്രാണികളും ചെറുജീവികളുമൊക്കെ ഇവയുടെ ഇരയാകാറുണ്ട്. ഇലകളും പഴങ്ങളും എന്നുവേണ്ട എന്തും കഴിക്കുന്ന പ്രകൃതമാണിവയ്ക്ക്. വീട്ടുവളപ്പിലെ കീടങ്ങളെയും ക്ഷുദ്രപ്രാണികളെയും മറ്റും തിന്നുന്നത് വഴി അവ മൂലമുള്ള ഉപദ്രവങ്ങളിൽ നിന്ന് ഇവ മനുഷ്യനെ സംരക്ഷിക്കുന്നുണ്ട്."

"സബാഷ്... ഞാൻ നിത്യവും ചെയ്യുന്നതാണെങ്കിലും ചേച്ചി പറഞ്ഞപ്പോഴാണ് അതിന്റെ വില മനസ്സിലായത്." കുക്കുടന് അഭിമാനം കൂടി. തന്റെ വലുപ്പമുള്ള ചിറകുകൾ വിടർത്തി അവനൊന്ന് ശബ്ദമുണ്ടാക്കി.

"വേണ്ടെടേ... കൂടുതൽ ഞെളിയണ്ട നിന്നെ മനുഷ്യൻ വളർത്തുന്നത് എന്തിനാണെന്ന് നന്ദിനി ചേച്ചി ഇപ്പോൾ പറയും." ബില്ലിക്ക് ചെറിയ അസൂയ തോന്നി.

ഇതു കേട്ടതും അവൻ പെട്ടെന്ന് നിശ്ശബ്ദനായി. നന്ദിനി തുടർന്നു

"കോഴികളെ വളർത്തുന്നത് മുഖ്യമായും മുട്ടയ്ക്കും മാംസത്തിനും വേണ്ടിയാണ്. വിറ്റാമിനുകളും പോഷകഗുണങ്ങളുമുള്ളതുമാണ് മുട്ട മുതിർന്നവർക്കും കുട്ടികൾക്കും ഇത് ഉപയോ

ഗിക്കാം. രുചിയേറിയതും കൊഴുപ്പ് കുറഞ്ഞതുമാണ് കോഴിയിറച്ചി. ഇപ്പോൾ ഇറച്ചിക്കോഴികളെന്നും മുട്ടക്കോഴികളെന്നും രണ്ടു രീതിയിൽ കോഴികളെ വളർത്തുന്നുണ്ട്. കോഴിപ്പോര് എന്ന വിനോദത്തിനായി പല നാടുകളിലും പൂവൻകോഴികളെ പോരുകോഴികളായി പരിശീലിപ്പിച്ച് വളർത്തിയെടുക്കാറുണ്ട്. കോഴിക്കാഷ്ഠം വളമായി ഉപയോഗിക്കുന്നു.

മുട്ടകൾക്ക് അടയിരുന്ന് വിരിയിച്ചാണ് ഇവ കുഞ്ഞുങ്ങളെ ഉല്പാദിപ്പിക്കുന്നത്. പിടക്കോഴി ഒരു ദിവസം ഒരു മുട്ടയാണിടുക. ഇനമനുസരിച്ച് ഒരാണ്ടിലിടുന്ന മുട്ടയുടെ എണ്ണത്തിൽ വ്യത്യാസം വരും. 21 ദിവസം വേണം മുട്ട വിരിയാൻ. അടയിരിക്കുന്നതും കുഞ്ഞുങ്ങളെ പരിപാലിക്കുന്നതും പിടക്കോഴികളാണ്. കുഞ്ഞുങ്ങൾ വളർന്നു കഴിഞ്ഞാലേ ഇവ പിന്നീട് മുട്ടയിടൂ. ഇത്രയുമാണ് കോഴികളെക്കുറിച്ച് എനിക്കറിയാവുന്ന വിവരങ്ങൾ." നന്ദിനി പറഞ്ഞു നിർത്തി.

"എന്റെ കുടുംബക്കാരെപ്പറ്റി ഇത്രയേറെ വിവരങ്ങൾ ചേച്ചിക്കറിയാമെന്ന് ഞാൻ കരുതിയില്ല. വളരെ സന്തോഷം."

മൂവരും മുഖാമുഖം നോക്കി.

എട്ട്

താറാവിന്റെ തറവാട്

"**ഞ**ങ്ങളെപ്പോലെ മുട്ടയ്ക്കും മാംസത്തിനുംവേണ്ടി വളർത്തുന്നവയാണല്ലോ താറാവുകളും. വെള്ളത്തിൽ കഴിയുന്നു എന്നതിൽക്കവിഞ്ഞ് ഇവയ്ക്ക് ഞങ്ങളിൽനിന്ന് എന്തെങ്കിലും വ്യത്യാസങ്ങളുണ്ടോ ചേച്ചീ. അവയുടെ വിശദവിവരങ്ങളറിയാൻ എനിക്ക് താല്പര്യമുണ്ട്." കുക്കുടൻ ഇതും പറഞ്ഞ് പുല്ലൂട്ടിയുടെ മുന്നിലുള്ള കൈവരിയിൽക്കയറി നന്ദിനിയെ നോക്കി നില്പായി.

"എനിക്ക് കുറച്ച് വിശ്രമിക്കണം. കുറേ സമയമായില്ലേ ഈ നില്പ് തുടങ്ങിയിട്ട്!" നന്ദിനിക്ക് ക്ഷീണം തോന്നി. കാലൊന്നു കുടഞ്ഞ് ദേഹമൊന്ന് വിറപ്പിച്ചു അവൾ.

"അയ്യോ ചേച്ചി അങ്ങനെ പറയാതെ. ചേച്ചി അല്പമെന്തെങ്കിലും കഴിച്ചിട്ട് പറഞ്ഞാൽ മതി. എന്റെ വീട്ടിൽ ഇന്നലെ രണ്ട് താറാവുകളെ കൊണ്ടുവന്നിട്ടുണ്ട്. അവയെക്കുറിച്ചറിയാനുള്ള ആഗ്രഹം കൊണ്ടാണ്. ചേച്ചിയല്ലാതെ ഇത്രയധികം വിവരങ്ങൾ അറിയാവുന്ന മറ്റാരുണ്ടിവിടെ?" കുക്കുടൻ നിർബ്ബന്ധിച്ചു.

"അതെയതെ." ബില്ലി അവനെ പിന്താങ്ങി.

നന്ദിനിപ്പശു ഇരുവരേയും ഒന്ന് നോക്കി. "എന്നെ അധികം പുകഴ്ത്തുകയൊന്നുംവേണ്ട കേട്ടോ. അറിയാൻ വേണ്ടിയല്ലേ.

എന്തായാലും പറഞ്ഞുതരാം.”

ബില്ലിയും കുക്കുടനും ഉഷാറായി മുന്നിലിരുന്നു.

“താറാവ് കഴിഞ്ഞ് മറ്റൊന്ന് പറയാം.” കുക്കുടൻ രഹസ്യമായിപ്പറഞ്ഞതും അതുകേട്ട് ബില്ലി ഊറിച്ചിരിച്ചതും നന്ദിനി ശ്രദ്ധിച്ചു. സഹജീവികളെക്കുറിച്ചറിയാനുള്ള അവരുടെ ആവേശം അവൾക്കിഷ്ടമായി. ഒരു പുഞ്ചിരിയോടെ അവൾ പറയാൻ തുടങ്ങി.

“ഇന്ത്യയിൽ വളർത്തുപക്ഷികളിൽ കോഴികൾ കഴിഞ്ഞാൽ അടുത്ത സ്ഥാനം താറാവുകൾക്കാണ്. കുക്കുടൻ പറഞ്ഞതുപോലെ മുട്ടയ്ക്കും മാംസത്തിനുംവേണ്ടിയാണ് ഇവയെ വളർത്തുന്നത്. ലോകത്ത് മിക്ക രാജ്യങ്ങളിലും ഇവയെ വ്യാവസായികാടിസ്ഥാനത്തിൽ വളർത്തുന്നുണ്ട്. ഏതു പരിതഃസ്ഥിതിയിലും ജീവിക്കാൻ ഇവയ്ക്ക് സാധിക്കും. വെള്ളവും കരയും ഇടകലർന്ന പ്രദേശമാണ് ഇവയ്ക്ക് പ്രിയം. വാത്തയും

അരയന്നവും ഉൾപ്പെടുന്ന അൻസെറിഫോമിസ് എന്ന ഗോത്രത്തിലെ അനാറ്റിഡേ കുടുംബത്തിലെ അനാറ്റിനേ ഉപകുടുംബത്തിലാണ് ഇവയുടെ ജനനം. അനാസ് പ്ലാറ്റിറിങ്ക പ്ലാറ്റിറിങ്ക (Anas platyrhynca platyrhynca) എന്ന് ശാസ്ത്രനാമമുള്ള ഇവയുടെ വംശക്കാർ കടലിലും ശുദ്ധജലത്തിലും വസിക്കുന്നുണ്ട്.

തടിച്ച ശരീരപ്രകൃതമാണിവയ്ക്ക്. പൂർണ്ണവളർച്ചയെത്തിയ താറാവുകൾക്ക് 1-7 കി ഗ്രാം തൂക്കവും 30-60 സെ മീ നീളവുമുണ്ടാവും. ഇവയ്ക്ക് ചെറിയ ചിറകുകളാണ്. ഇവ ശരീരത്തോട് ചേർന്ന് ഒതുങ്ങിയിരിക്കും. ഭാരമുള്ളതിനാലും ചെറിയ ചിറകുകളായതിനാലും പറക്കാൻ ഇവയ്ക്ക് സാധിക്കില്ല. വെള്ളത്തിൽ നീന്തിയും കരയിൽ നടന്നുമാണ് ഇവ ജീവിതം കഴിച്ചുകൂട്ടുന്നത്. തോണിയുടെ ആകൃതിയുള്ള ശരീരവും താങ്ങി കുറിയ കാലുകളെടുത്തുവച്ചുള്ള ഇവയുടെ നടപ്പിന് ഒരു പ്രത്യേക ഭംഗിയാണ്. ഇവയുടെ കഴുത്ത് നീണ്ടതാണ്. തല ഒഴികെയുള്ള ഭാഗങ്ങളിൽ കഴുത്തുകൊണ്ട് ഇവയ്ക്ക് സ്പർശിക്കാൻ സാധിക്കും. ചുണ്ടുകൾ പരന്നു പതിഞ്ഞതും അല്പം നീണ്ടതുമാണ്. ഇതിന്റെ വശങ്ങളിൽ കുഴികളുണ്ടാവും. അതിനാൽ, വെള്ളത്തോടൊപ്പം അകത്താക്കുന്ന ഇരകളെ മാത്രം വായിൽ നിർത്തി വെള്ളം അരിച്ചു കളയാനുള്ള അരിപ്പപോലെ പ്രവർത്തിക്കും. കൊക്കിലകപ്പെട്ട ഇരകൾ വഴുതിപ്പോകാതിരിക്കാനും ഇവ സഹായിക്കും. ശല്ക്കങ്ങൾ നിറഞ്ഞ കാലുകളാണ് വേഗത്തിൽ നീന്താൻ ഇവയെ സഹായിക്കുന്നത്. കാലുകളിലെ വിരലുകൾ ചർമ്മബന്ധിതമാണ്. വെള്ളത്തിലായിരി ക്കുമ്പോൾ ഇവ തുഴപോലെ പ്രവർത്തിപ്പിച്ചാണ് നീന്തുന്നത്. ത്വക്കിനും തൂവലുകൾക്കുമിടയിൽ ഒരുതരം കൊഴുപ്പ് നിറഞ്ഞിരിക്കുന്നതിനാൽ തണുപ്പുള്ള ജലാശയങ്ങളിലും ഇവയ്ക്ക് ബുദ്ധിമുട്ടു കൂടാതെ നീന്താൻ സാധിക്കും. എന്താ, ബില്ലീ നിനക്കൊരു സംശയം പോലെ?"

"അത്.. ഇപ്പോൾ ചേച്ചി ചർമ്മബന്ധിതം എന്നൊരു വാക്കു പറഞ്ഞില്ലേ? അതിന്റെയർത്ഥമെന്താണ്?"

“ഞാനത് ചോദിക്കാൻ തുടങ്ങുകയായിരുന്നു” കുക്കുടനും സംശയം വെളിപ്പെടുത്തി.

“അതോ, നീ നമ്മുടെ ഗീതാമ്മയുടെ വീട്ടിൽ മുമ്പുണ്ടായിരുന്ന മണിത്താറാവിനെ കണ്ടിട്ടില്ലേ? അവളുടെ കാലുകളിലെ വിരലുകൾ കുക്കുടന്റെ വിരലുകൾപോലെ വെവ്വേറെയല്ലല്ലോ കാണുന്നത്? അവയ്ക്കിടയിൽ തൊലിയുള്ളതിനാൽ പരന്ന്, നിലത്ത് പതിഞ്ഞിരിക്കുന്ന രീതിയിലല്ലേയിരുന്നത്? ഇങ്ങനെ വിരലുകൾ തമ്മിൽ ചർമ്മം കൊണ്ട് ബന്ധിപ്പിച്ചതുപോലെ കാണുന്നതിനാണ് ചർമ്മബന്ധിതമെന്നും ജാലയുക്തമെന്നുമൊക്കെ പറയുന്നത്. ഇപ്പോൾ മനസ്സിലായോ രണ്ടുപേർക്കും?”

തലയാട്ടൽ ശരിവച്ചുകൊണ്ട് നന്ദിനി കാലുകളും കൈകളുമൊക്കെയൊന്നു നീട്ടി മൂരി നിവർന്നു.

“വല്ലാത്ത ക്ഷീണം. അതിനാൽ, കാര്യങ്ങൾ വേഗം പറയാം. ശരീരം രണ്ടുതരം തൂവലുകളാൽ പൊതിഞ്ഞിരിക്കും. അടിയിലെ തൂവലുകൾ ചെറുതും മൃദുവുമാണ്. ഇവയാണ് ശരീരത്തിന് സംരക്ഷണവും ചൂടും നല്കുന്നത്. എന്നാൽ, പുറമേയുള്ളവ താരതമ്യേന വലുതും മിനുസമുള്ളതുമായിരിക്കും. ഇവ നനയുകയില്ല. മണിത്താറാവ് വെള്ളത്തിൽ നിന്ന് കരയ്ക്കു കയറി നില്ക്കുമ്പോഴൊക്കെ കഴുത്ത് പിന്നിലേക്ക് തിരിച്ച് വാലിനു ചുവട്ടിൽ കൊത്തുന്നതും എന്തോ തിരയുന്നതുപോലെ തൂവലുകളുടെയിടയിൽ ചുണ്ടുകളോടിക്കുന്നതും ബില്ലി ശ്രദ്ധിച്ചിട്ടുണ്ടോ? യഥാർത്ഥത്തിൽ ഇവ, പിറകിലുള്ള എണ്ണഗ്രന്ഥിയിൽ നിന്നുള്ള ദ്രാവകം ചുണ്ടിലെടുത്ത് തൂവലുകൾ നനയാതിരിക്കാൻ അവയിൽ തേച്ചുപിടിപ്പിക്കുകയാണ് ചെയ്യുന്നത്.”

“ഓ, അതുശരി. ഞാൻ കരുതി പേനുകളെയോ മറ്റോ തിരയുകയായിരിക്കുമെന്ന്.” ബില്ലി അത്ഭുതം കൂറി.

“ഇതോടൊപ്പം ശരീരത്തിലെ പരാദങ്ങളും പൊടിയും മറ്റുമൊക്കെ നീക്കം ചെയ്യപ്പെട്ട് ശരീരം വൃത്തിയാകുന്നുണ്ടെന്നതും സത്യമാണ്. ങാ, പിന്നെ കുക്കുടാ നിങ്ങളുടെ

കൂട്ടക്കാരെപ്പോലെ ഇവരിലെയും പെണ്ണിനെ പിടയെന്നും ആണിനെ പൂവനെന്നുമാണ് വിളിക്കുന്നത് കേട്ടോ. നിന്നെപ്പോലെ ഇവയിലെയും പൂവന്മാരാണ് സുന്ദരന്മാർ. പിടകൾക്ക് അടഞ്ഞ തവിട്ടുനിറമാണ്. അടയിരിക്കുമ്പോഴും മറ്റും ശത്രുക്കളുടെ കണ്ണിൽപ്പെടാതെയിരിക്കാൻ ഈ നിറം സഹായകമാണ്. പൂവന് മിന്നുന്നതും നിറപ്പകിട്ടുള്ളതുമായ തൂവലുകളാണ് കാണുക. പ്രജനനകാലം കഴിയുമ്പോൾ ഇവ പൊഴിഞ്ഞുപോകുകയും പിന്നീട് മുളച്ച് വരികയുമാണ് പതിവ്. താറാവുകൾക്ക് കൂട്ടമായി സഞ്ചരിക്കുന്ന സ്വഭാവമാണ്. കോഴികളെപ്പോലെ ഇവയും മിശ്രഭുക്കുകളാണ്. കിട്ടുന്നതെന്തും തിന്നും.

പ്രധാനമായും വളർത്തുതാറാവുകളെ രണ്ടായി തിരിക്കാം. ഒന്ന് മാംസത്തിന് വേണ്ടിയുള്ളതും മറ്റൊന്ന് മുട്ടയ്ക്ക് വേണ്ടിയുള്ളതും. കേരളത്തിൽ ആലപ്പുഴയിലെ കുട്ടനാട് പോലുള്ള പ്രദേശങ്ങളിൽ താറാവുകൃഷി മികച്ച രീതിയിൽ നടക്കുന്നുണ്ട്.”

നന്ദിനി പറഞ്ഞുനിർത്തി. ഒരുനിമിഷം എന്തോ ചിന്തിച്ച് പതിവുപോലെ ചോദിച്ചു. “ഇനി താറാവിനെക്കുറിച്ച് എന്തെങ്കിലും അറിയാനുണ്ടോ?”

“ഉണ്ട്..” ആവേശത്തോടെ പറഞ്ഞത് കോഴിയാണ്.

“എന്താണ് ഇനി അറിയാനുള്ളത്?”

“താറാവിന് കുഞ്ഞുങ്ങളുണ്ടാകുന്ന രീതി പറഞ്ഞില്ലല്ലോ.”

“അതു ഞാൻ മന:പൂർവ്വം വിട്ടതാണ്. നിങ്ങൾ ഞാൻ പറയുന്നതെല്ലാം ശ്രദ്ധിക്കുന്നുണ്ടോന്നറിയാൻ വേണ്ടി.” ഒരു ചിരിയോടെ നന്ദിനി നയം വ്യക്തമാക്കി.

“ഓ ടെസ്റ്റിങ്!” കുക്കുടനും ഒപ്പം ബില്ലിയും ചിരിച്ചു.

“അതെയതെ. കാര്യത്തിലേക്ക് വരാം. കോഴിമുട്ടയേക്കാൾ വലുപ്പവും തൂക്കവുമുള്ളവയാണ് താറാമുട്ടകൾ. ഒരു വർഷത്തിൽ കോഴികളിൽ നിന്ന് ലഭിക്കുന്നതിനേക്കാൾ കുടുതൽ മുട്ടകൾ ഇവയിൽനിന്ന് ലഭിക്കും. രാവിലെയാണ് താറാവുകൾ മുട്ടയിടുക. മുട്ട വിരിയാൻ 28 ദിവസമാണ് വേണ്ടത്. വളർത്തുതാറാവുകൾ അടയിരിക്കാത്തതിനാൽ കോഴികളെ ഉപയോഗിച്ചോ ഇൻകു

ബേറ്റർ ഉപയോഗിച്ചോ ആണ് വിരിയിക്കുന്നത്. മുട്ട വിരിഞ്ഞ് വരുന്ന കുഞ്ഞുങ്ങൾ ഉടനെതന്നെ എണീറ്റുനടക്കാനാരംഭിക്കും."

"ഇന്നത്തേക്ക് ഇതു മതി. പാലു കറക്കാൻ കുറുപ്പണ്ണൻ വരാനുള്ള സമയമായി. അതിനുമുമ്പ് കുറച്ച് വെള്ളമൊക്കെ ക്കുടിച്ച് ഞാനല്പം വിശ്രമിക്കട്ടെ. നിങ്ങൾ, നാളെ ഇതേ നേരത്തു വന്നാൽ സംസാരിക്കാം."

"ശരി ചേച്ചി." യാത്ര പറഞ്ഞ് രണ്ടാളും രണ്ടു വഴിക്ക് പിരിഞ്ഞു.

കുക്കുടൻ നേരെ പോയത് ബാബുച്ചായന്റെ വീടിന്റെ പിന്നാമ്പുറത്തേക്കാണ്. അവിടെ പുതിയ രണ്ട് അതിഥികൾ എത്തിയിട്ടുണ്ട്. രണ്ട് ഗിനിക്കോഴികൾ. അവരെയൊന്ന് പരിചയപ്പെടണം.

ഒൻപത്

ഒച്ചവയ്ക്കുന്ന വിരുതന്മാർ

കുക്കുടൻ ചെന്നപ്പോൾ അതിഥികൾ രണ്ടാളും പുതിയ വീടിനെയും വീട്ടുകാരെയും പരിചയപ്പെട്ടു വരാത്തതിന്റെ അങ്കലാപ്പിൽ കൂടിന്റെ മൂലയ്ക്ക് കൂനിക്കൂടിയിരിക്കുകയായിരുന്നു. സൗഹൃദഭാവത്തോടെ ചെല്ലുന്ന അവനെക്കണ്ട് അവർ മടിച്ചുമടിച്ച് എണീറ്റുവന്നു. പരസ്പരം പേരു പറഞ്ഞ് പരിചയപ്പെട്ട ശേഷം കുറെ നാട്ടുവർത്തമാനങ്ങൾ കുക്കുടൻ വിളമ്പി. ഞായറാഴ്ച നടക്കാൻ പോകുന്ന യോഗത്തെക്കുറിച്ചും അറിയിച്ചു. ഇതൊക്കെക്കേട്ട് അതിഥികൾ ഉഷാറായി.

“നമ്മൾ ഇപ്പോൾ ചങ്ങാത്തത്തിലായല്ലോ. എനിക്ക് നിങ്ങളെക്കുറിച്ച് വിശദമായി അറിയണമെന്നുണ്ട്. പറയാമോ?” കുക്കുടന്റെ ആവശ്യം കേട്ട് അവർ തമ്മിൽത്തമ്മിലൊന്ന് നോക്കി അല്പനേരം മൗനമായിരുന്നു. പിന്നെ, മൂത്തയാൾ പറഞ്ഞു തുടങ്ങി.

“ഞങ്ങളുടെ പൂർവ്വികർ ആഫ്രിക്കയിലാണ് ജന്മമെടുത്തത്. ഗാലിഫോമിസ് എന്ന പക്ഷിഗോത്രത്തിലെ ന്യൂമിഡിഡേ ആണ് ഞങ്ങളുടെ കുടുംബം. ഇതിൽ പല ജനുസ്സുകളുണ്ട്. ഞങ്ങളുടെ ശാസ്ത്രനാമം ന്യൂമിഡ മീലിയാഗ്രിസ് (Numida meleagris) എന്നാണ്. 25 പേരോളമുള്ള കൂട്ടമായി ജീവിക്കാനാണ് ഞങ്ങൾക്കിഷ്ടം.

വലിയ തടിച്ച ശരീരവും ചെറിയ തലയുമാണ് ഞങ്ങളുടെ പ്രത്യേകത. 55–60 സെ.മീ. നീളവും 1.2 –1.7 കിലോ തൂക്കവും കാണും. തലയിൽ തൂവലുകളുണ്ടാവില്ല. പകരം ചുവപ്പും നീലയും നിറത്തിലുള്ള തൊലിയാണ് കാണുക. അടഞ്ഞ മഞ്ഞനിറത്തിലുള്ള, ശിഖ പോലുള്ള ഒരു ഭാഗവും കാണും. ദൃഢതയുള്ള ശരീരത്തിന് ചാരം കലർന്ന കറുപ്പുനിറമാണ്. ഇതിൽ നിറയെ വെള്ളപ്പൊട്ടുകളും പുള്ളികളും കാണും. ചിറകുകളും വാലും ചെറുതാണ്. പറക്കാൻ വലിയ കഴിവൊന്നുമില്ല. ഭയപ്പെട്ടാൽ ഓടി രക്ഷപ്പെടുകയാണ് പതിവ്. ബലമുള്ള കാലുകളിൽ ബലത്ത നഖങ്ങളുണ്ട്.

എപ്പോഴും ഒച്ചയുണ്ടാക്കുന്ന പതിവില്ല. ഞങ്ങളുടെ ഒച്ച കഠോരമാണെന്ന് മനുഷ്യർ പറയാറുണ്ട്. നിങ്ങളെപ്പോലെ തന്നെയാണ് ഞങ്ങളുടെയും ആഹാരരീതി. പല്ലി, പാറ്റ, പഴുതാര, വിട്ടിൽ, കീടങ്ങൾ, പ്രാണികൾ, എലി, തവള എന്നിങ്ങനെ എന്തിനെക്കിട്ടിയാലും കൊത്തിവിഴുങ്ങും. വിത്തുകളും

ഫലങ്ങളും ധാന്യങ്ങളും ഇലകളും എന്നുവേണ്ട കിട്ടുന്ന സസ്യാഹാരങ്ങളും തിന്നും. 12 വർഷത്തോളമാണ് ആയുസ്സ്.

നിങ്ങളെപ്പോലെ ഞങ്ങളും മുട്ടയിടും. ഞങ്ങളുടെ മുട്ടത്തോടിന് നല്ല കട്ടിയാണ്. കാട്ടിലാണെങ്കിൽ വളരെ ഗോപ്യമായ സ്ഥലത്തുണ്ടാക്കുന്ന ചെറുകുഴികളിലാണ് മുട്ടയിടുക. 8–10 മുട്ടകളിട്ടു കഴിഞ്ഞാൽ പിട അടയിരിക്കും. 26–28 ദിവസംകൊണ്ട് മുട്ട വിരിയും. കുഞ്ഞുങ്ങൾക്ക് വേഗം ചിറകു മുളയ്ക്കും. ചെറുചെടികളുടെ താഴ്ന്ന കൊമ്പിലൊക്കെ ഇവ തത്തിപ്പറന്നുനടക്കും.

നിങ്ങളെപ്പോലെ ഞങ്ങളെയും മുട്ടയ്ക്കും മാംസത്തിനുമാണ് മനുഷ്യർ വളർത്തുന്നത്. ഞങ്ങൾ വർഷത്തിൽ, നിങ്ങളെക്കാൾ 40–50 മുട്ടകളെങ്കിലും അധികം ഉല്പാദിപ്പിക്കും. വിശാലമായ വിലയേറിയ കൂടുകളോ വില കൂടിയ തീറ്റയോ വലിയ പരിചരണമോ ഒന്നും ഞങ്ങൾക്കാവശ്യമില്ല. നിങ്ങളേക്കാൾ രോഗപ്രതിരോധശേഷിയും ഞങ്ങൾക്കുണ്ട്. അതിനാൽ, ഇപ്പോൾ മനുഷ്യർക്കിടയിൽ പ്രിയമേറി വരികയാണ് ഞങ്ങൾക്ക്."

"ഒറ്റ മൂച്ചിൽ എല്ലാ വിവരങ്ങളും പറഞ്ഞുതീർത്തല്ലോ സൂസീ. സന്തോഷം. നിങ്ങളുടെ ബന്ധക്കാരോ മറ്റോ ആണോ ആ കക്ഷി?" ഇങ്ങനെ മൂന്നുപേർ നില്ക്കുന്നുവെന്ന് ഗൗനിക്കാതെ തലയുമാട്ടി ഒരേ നില്പ് നില്ക്കുകയായിരുന്ന ഒരു വലിയ പക്ഷിയെ നോക്കി കുക്കുടൻ ചോദിച്ചു.

"ങാ അത് ടർക്കിക്കോഴിയാണ്. ഫാൻസിയെന്നാണ് ഈ വീട്ടുകാർ അവൾക്കിട്ട പേര്. ഇന്നലെ ഞങ്ങൾക്കൊപ്പം ഇവിടെ വന്നതാണ്. വന്നതു മുതൽ ഇതേ ഭാവമാണ്. കൂട്ടരെ വിട്ടുവന്ന വിഷമമാണെന്നു തോന്നുന്നു. ആരും ഇവിടെ കൂട്ടില്ലല്ലോ."

"സൂസിക്ക് അവളെപ്പറ്റി അറിയാവുന്നത് പറയാമോ?"

"എനിക്ക് വലുതായിട്ടൊന്നുമറിയില്ല. അല്പനേരം അവളുമായി സംസാരിച്ചതിൽനിന്ന് മനസ്സിലായ കാര്യങ്ങൾ പറയാം." സൂസി തയ്യാറെടുത്തു.

പത്ത്

ടർക്കികളുടെ തലപ്പൊക്കം

“നമ്മളെല്ലാം ഒരേ ഗോത്രമാണ് കുക്കുടാ -ഗാലിഫോമിസ്. കുക്കുടന്റെ കുടുംബമേതാണ്?”

“ഫാസിയാനിഡേ. ഉപകുടുംബം ഫാസിയാനിനേ”

“ഓഹോ. എങ്കിൽ ഫാൻസി നിങ്ങളുടെ ബന്ധക്കാരിയായി വരും. അവൾ ഫാസിയാനിഡേ കുടുംബത്തിലെ മീലിയാഗ്രിഡിനേ ഉപ കുടുംബത്തിലെ അംഗമാണ്. ശാസ്ത്രനാമം മീലിയാഗ്രിസ് ഗാലൊപ്പാവോ (Meleagris gallopavo).”

കുക്കുടന് അവളെക്കുറിച്ചറിയാനുള്ള താല്പര്യം ഇതോടെ കൂടുതലായി. സൂസി തുടർന്നു.

“അവളുടെ പൂർവ്വികർ അമേരിക്കക്കാരാണ്. 2000 വർഷ ങ്ങൾക്ക് മുമ്പു മുതലേ മനുഷ്യർ ഇവരെ വളർത്താൻ തുടങ്ങിയിരുന്നുവത്രെ. ഇവയ്ക്ക് 110-125 സെ.മീ. നീളവും 5-10 കിലോഗ്രാം തൂക്കവും വയ്ക്കും. ശരീര ത്തിന് പൊതുവെ ഇരുണ്ട തവിട്ടുനിറമോ അടഞ്ഞ കറുപ്പുനിറമോ ആണ്. ഇതിന്റെ നീണ്ട കാലുകൾ നല്ല ശക്തിയും ബലവുമുള്ളവയാണ്. കഴു ത്തിന് വളരെ നീളമുണ്ട്. വിശറിയുടെ ആകൃതിയുള്ള വാലിൽ കടും തവിട്ടും ഇളം തവിട്ടും പട്ടകൾ ഇടവിട്ട് കാണും. ഇനമനുസരിച്ച് വാലി ന്റെയറ്റം ഇരുണ്ട തവിട്ടുനിറമോ വെള്ളനിറമോ

ആയിരിക്കും. തൂവലുകൾക്ക് ഒരുതരം ലോഹത്തിളക്കം കാണും. മഞ്ഞ, ചെമ്പ്, സ്വർണ്ണം, പിച്ചള, ചുവപ്പ്, പച്ച എന്നീ നിറങ്ങളിലൊക്കെ തൂവലുകൾ തിളങ്ങുമത്രെ! ചിറകുകളുടെ അറ്റം ഉരുണ്ടതാണ്. ഇതിൽ വലിയ തൂവലുകൾ കാണാം. എന്നാൽ, തല യിലോ കഴുത്തിലോ തൂവലുകൾ കാണാറില്ല. തലയുടെ പിറകിലും കഴു ത്തിനടിയിലും മാംസളമായ ചെറിയ ചെറിയ ധാരാളം മുഴകൾ കാണാറുണ്ട്. ഇവ ആൺടർക്കി കളിലാണ് കൂടുതൽ പ്രകടമായിക്കാണുന്നത്. ചുണ്ടുകൾ നീണ്ടതും അല്പം വളഞ്ഞതുമാണ്. ആൺടർക്കികളുടെ

ചുണ്ടിനു മുകളിലൂടെ വള്ളി പോലെ മാംസളമായ ഒരു ഭാഗം തൂങ്ങിക്കിടക്കുന്നതും കാണാം. കുക്കുടാ, നിന്റെ കീഴ്ച്ചുണ്ടിനടിയിൽ കാണുന്ന താട പോലൊന്നും കാണാറുണ്ട്. ഇതി നെല്ലാം കടുംനിറ ങ്ങളാണ്. നെഞ്ചിന്റെ മദ്ധ്യഭാഗ ത്ത് ഒരു കറ്റരോമങ്ങൾ ആ ടുകളുടെയൊക്കെ താടി പോലെ വളർന്നുനില്ക്കു ന്നതും കാണാം. പ്രജനനകാലത്ത് ആൺടർക്കികൾ ചിറകുകൾ തുറന്ന്, വാൽ വിശറിപോലെ വിടർത്തി, തൂവലുകൾ ഉയർത്തി നിർ ത്തി പ്രദർശിപ്പിക്കുമത്രെ! പെൺടർക്കിക്ക് ഈ വക വർണ്ണവിന്യാസമൊന്നും കാണില്ല."

"ഇവയ്ക്ക് പറക്കാനൊക്കുമോ സൂസീ?"

"ചെറുപ്രായത്തിൽ അല്പസ്വല്പമൊക്കെ പറക്കും. വളർച്ചയെത്തിയാൽ പറക്കുന്നത് വിരളമാണ്. കുഞ്ഞുങ്ങൾ കളിക്കുന്നതുപോലെ ഭ്രാന്തമായി ഓടാറുണ്ട്."

"പിന്നെന്തൊക്കെയാണ് ഇവയുടെ സ്വഭാവങ്ങൾ?"

"കൂട്ടമായിക്കഴിയാൻ താല്പര്യമുള്ള പക്ഷികളാണിവ. ഒറ്റപ്പെട്ടാൽ ഇവ അസ്വസ്ഥതകൾ കാണിക്കും. കൂടെക്കൂടെ പരുഷസ്വരത്തിൽ വിളിക്കുന്നത് പതിവാണ്. ഇവയുടെ മുട്ടയിടലും അടയിരിക്കലും ഞങ്ങളെപ്പോലെ തന്നെയാണ്. മറവുള്ള സ്ഥലത്തുണ്ടാക്കുന്ന ചെറുകുഴികളിലാണ് മുട്ടയിടുക. മുട്ടത്തോടിന് നല്ല കട്ടിയാണ്. 8–10 മുട്ടകളിട്ടു കഴിഞ്ഞാൽ പിട അടയിരിക്കും. 26–28 ദിവസം കൊണ്ട് മുട്ട വിരിയും. കുഞ്ഞുങ്ങളെ പരിപാലിക്കുന്നത് തള്ളടർക്കിയാണ്."

"വളരെ നന്ദി സൂസി. ഇനി ഞാൻ പൊയ്ക്കോട്ടെ? ഒന്നുരണ്ടു പേരെ കാണാനുണ്ട്."

ഇതും പറഞ്ഞ് അവൻ അവിടത്തെ മതിലിനു മുകളിൽക്കയറി. അവിടെനിന്ന് താഴേക്ക് ചാടി അല്പം നടന്നാൽ വിനുക്കുട്ടന്റെ മുറ്റത്തെത്താം. അവിടെ കുറെ കാടക്കോഴികളുണ്ട്. അവരോട് സല്ലപിക്കുന്നത് അവനിഷ്ടമുള്ള കാര്യമാണ്. അവൻ ചെന്നപ്പോൾ കാടകൾ തീറ്റ കഴിഞ്ഞ് വിശ്രമിക്കുകയായിരുന്നു.

"വാ വാ കൂട്ടുകാരാ. എന്തുണ്ട് വിശേഷം?" അവ അവനെ സ്വാഗതം ചെയ്തു.

വളർത്തുജീവികളുടെ യോഗം കൂടാൻ ടൈഗർ വിളിച്ചിരിക്കുന്ന കാര്യം അവനറിയിച്ചു.

“അത് ഒരു നല്ല കാര്യം തന്നെ”കാടകൾ സമ്മതിച്ചു. “ഞങ്ങളും വരാം.”

“അതിനുമുമ്പ് എനിക്ക് നിങ്ങളെക്കുറിച്ച് വിശദമായി പറഞ്ഞു തരാമോ?”

“അതിനെന്താ പറഞ്ഞുതരാമല്ലോ. കേട്ടോളൂ.”

പതിനൊന്ന്

ഇത്തിരിക്കുഞ്ഞന്മാർ

“**ഞ**ങ്ങളും ഫാസിയാനിഡേ കുടുംബക്കാരാണ് കുക്കുടാ. കോട്ടർണിക്സ് എന്നാണ് ഞങ്ങളുടെ ജനുസിന്റെ പേര്. പെർഡിസിനേ ഉപകുടും ബത്തിൽ ഉൾപ്പെടുന്ന ഇതിൽ പലയിനം കാടകളുണ്ട് കേട്ടോ. ഞങ്ങളുടെ ശാസ്ത്രനാമം കോട്ടർണിക്സ് ജപ്പോണിക്ക (Coturnix japonica) എന്നാണ്. 10–12 സെ.മീ. നീളം മാത്രമുള്ള ഞങ്ങൾ ചെറിയ പക്ഷികളാണ്. തൂക്കം 70 ഗ്രാം മുതൽ 140 ഗ്രാം വരെയേ വരൂ. 3–5 വർഷമാണ് ആയുസ്സ്.

ഞങ്ങൾക്ക് പൊതുവെ കരിയിലകളുടെയും മണ്ണിന്റെയും നിറമാണ്. തലയ്ക്ക് ഇളംതവിട്ടുനിറമായിരിക്കും. തലയുടെ മുകൾവശത്ത് നടുവിലായി അടഞ്ഞ മഞ്ഞനിറമുള്ള ഒരു വരയും വശങ്ങളിൽ കറുപ്പുവരകളും കാണാം. ചിറകുകളും മുതുകും നരച്ച തവിട്ടുനിറമാണ്. മുതുകിൽ ശരീരത്തിന്റെ അത്രയും നീളത്തിൽ നാലു തവിട്ടു വരകൾ കാണുന്നത് സവിശേഷതയാണ്. കൊക്കുകൾക്കു മങ്ങിയ കറുപ്പുനിറവും കാലുകൾക്ക് മങ്ങിയ ചുവപ്പുനിറവുമാണ്.

നിലത്തു കഴിയാൻ ഇഷ്ടപ്പെടുന്നവരാണ് ഞങ്ങളെല്ലാം. സ്വാഭാവിക ആവാസമേഖലകളിൽ സസ്യങ്ങൾ ഇടതിങ്ങി വളരുന്ന പൊന്തകളിലും പുൽ മേടുകളിലും ധാന്യങ്ങൾ വിളയുന്ന കൃഷിയിടങ്ങളിലുമാണ് വിഹരിച്ചിരുന്നത്. മിശ്രഭോജികളാണെങ്കിലും സസ്യാഹാരത്തോടാണ് പ്രിയം കൂടുതൽ. വിത്തുകൾ, ധാന്യങ്ങൾ, പൂക്കൾ, കായ്കൾ എന്നിവയാണ് മുഖ്യമായും തിന്നുക. വിരളമായി വിരകൾ, പുൽച്ചാടികൾ എന്നിവയെയും തിന്നാറുണ്ട്.

ഒരു പ്രജനനകാലത്ത് 12 മുട്ടകൾ വരെയിടും. മുട്ടകളുടെ ആകൃതിയും വലുപ്പവും ഭാരവും നിറവും വളരെ വ്യത്യാസപ്പെട്ടിരിക്കും. ഇവയുടെ പുറത്ത് കടുംതവിട്ടുനിറത്തിലും വിവിധ ആകൃതികളിലുമുള്ള ധാരാളം കുത്തുകളും പുള്ളികളും കാണും. മുട്ടയ്ക്ക് ശരാശരി 10 ഗ്രാം ഭാരമാണുണ്ടാവുക. ഇവ വിരിയാൻ 16–18 ദിവസം വേണം. പെണ്ണാണ് അടയിരിക്കുന്നതും കുഞ്ഞുങ്ങളെ പോറ്റുന്നതും."

"നിങ്ങളെല്ലാവരും കാഴ്ചയ്ക്ക് ഒരുപോലെയിരിക്കുന്നല്ലോ. എങ്ങനെയാണ് ആണിനെയും പെണ്ണിനെയും തിരിച്ചറിയുന്നത്?" കുക്കുടൻ തന്റെ സംശയം മറച്ചുവയ്ച്ചില്ല.

"അതോ? പറയാം. ഞങ്ങളുടെ കുഞ്ഞുങ്ങളെല്ലാം കാഴ്ചയ്ക്ക് ഒരുപോലെയാണ്. എന്നാൽ, വളരുന്നതോടെ ആണും പെണ്ണും വേർതിരിച്ചറിയാം. പൂർണ്ണവളർച്ചയെത്തിയ ആണും പെണ്ണും തമ്മിൽ വലുപ്പത്തിലും തൂവ ലുകളുടെ നിറത്തിലും വ്യത്യാസമുണ്ടാവും. ആണ് താരതമ്യേന ചെറു തായിരിക്കും. പെണ്ണിന് നെഞ്ചിലെ നരച്ച തവിട്ട് തൂവലുകൾക്കിടയിൽ ഇരുണ്ട തവിട്ടു പൊട്ടുകൾ കാണും. ആണിന് ഇവ കാണുകയില്ലെന്ന്

മാത്രമല്ല നെഞ്ചിലും കവിളിലും ചുവപ്പു കലർന്ന തവിട്ടുനിറമായിരിക്കുകയും ചെയ്യും. പെണ്ണിന്റെ കവിളുകളിൽ ക്രീം നിറമായിരിക്കും കാണുക."

"ഞങ്ങളുമായി താരതമ്യം ചെയ്താൽ നിങ്ങളും നിങ്ങളുടെ മുട്ടകളും വളരെച്ചെറുതാണല്ലോ? എന്നിട്ടും എന്തുകൊണ്ടാണ് മനുഷ്യർ നിങ്ങളുടെ മാംസവും മുട്ടയും ഇഷ്ടപ്പെടുന്നത്?"

അതിനു കാരണം ഞങ്ങളിലുള്ള പോഷകഘടകങ്ങളാണ്. കോഴിമുട്ടയിലുള്ളതിന്റെ 3–4 ഇരട്ടി പോഷകഘടകങ്ങൾ ഞങ്ങളുടെ മുട്ടയിലുണ്ട്. പോരെങ്കിൽ, ചീത്ത കൊളസ്റ്ററോളിന്റെ അളവ് കുറവും നല്ല കൊളസ്റ്ററോളിന്റെ അളവ് കൂടുതലുമാണ്. തലച്ചോറിന്റെ പ്രവർത്തനത്തിനാവശ്യമായ കോളിൻ എന്ന ഘടകവും ഇതിലുണ്ട്. ഇതിനു സമാനമായ ഗുണങ്ങൾ മാംസത്തിലുമുണ്ട്. അതുകൊണ്ടാണ് ആയിരം കോഴിക്ക് അര കാടയെന്ന് മനുഷ്യർ പറയുന്നത്. ഇപ്പോൾ മനസ്സിലായോ ഇത്തിരിക്കുഞ്ഞന്മാരെന്ന് എല്ലാവരും വിളിക്കുന്ന ഞങ്ങളുടെ വലിപ്പം?" കാടകളും കുക്കുടനും ആ പ്രസ്താവന ചിരിച്ച് അംഗീകരിച്ചു.

"അപ്പോൾ ശരി. ഞായറാഴ്ച യോഗത്തിന് വരുമ്പോൾ കാണാം." കുക്കുടൻ ഒറ്റപ്പറക്കലിന് മതിലിനു മുകളിൽ കയറിനിന്ന് യാത്രാമൊഴി പോലെ ഉച്ചത്തിൽ കൂവിയിട്ട് സ്വന്തം വീട്ടിലേക്ക് ഓടിപ്പോയി.

പന്ത്രണ്ട്

സ്നേഹപ്പക്ഷികൾ

നന്ദിനിപ്പശു പറഞ്ഞിരുന്നതുപോലെ പിറ്റേന്ന് കൃത്യമായി ബില്ലിയും കുക്കുടനും ഗോശാലയിലെത്തി. അല്പസ്വല്പം നാട്ടുവിശേഷങ്ങളൊക്കെ കൈമാറിയശേഷം അവർ മൂവരും തലേന്നത്തെപ്പോലെയുള്ള സംസാരത്തിലെത്തിച്ചേർന്നു

"ഇനി നമ്മുടെ ലവ്ബേർഡുകളെക്കുറിച്ച് പറയുമോ?" ബില്ലി

യാണത് ആവശ്യപ്പെട്ടത്.

അപ്പോൾ കുക്കുടൻ തിരുത്തി. "ലവ്ബേർഡുകളല്ല ബില്ലീ, ബഡ്ജറിഗറാണ്."

"ബഡ്ജറിഗറോ?"

"ഉവ്വ് ബില്ലീ. ബഡ്ജറിഗർ എന്നാണ് ശരിയായ പേര്. ബഡ്ജികളെന്ന ചുരുക്കപ്പേരുമുണ്ട്. നമ്മുടെ നാട്ടുകാർ ലവ്ബേഡുകൾ എന്ന് വിളിക്കുന്നുവെന്നേയുള്ളൂ. നന്ദിനി ഇടപെട്ട് വ്യക്തമാക്കി. ബില്ലിക്ക് അതൊരു പുതിയ അറിവായിരുന്നു.

ഇപ്പോൾ കേരളത്തിലാകമാനം ഇവയെ ഓമനപ്പക്ഷികളായി വളർത്തുന്നുണ്ട്. കേരളത്തിൽ അരുമപ്പക്ഷി വളർത്തൽ ആരംഭിച്ചിട്ട് ഏതാണ്ട് 45 വർഷമേ ആയിട്ടുള്ളു. ഇത്തരം പക്ഷികളെ വളർത്തുന്നതും വ്യാപാരം നടത്തുന്നതും ഇന്ന് വ്യാപകമാണ്. മനുഷ്യന്റെ മനസ്സിന്റെ പിരിമുറുക്കം കുറച്ച്, മാനസികോല്ലാസം നല്കാൻ പക്ഷിവളർത്തലിന് സാധിക്കുമെന്ന് ഈ രംഗത്തുള്ളവർ പറയുന്നു. ബഡ്ജറിഗർ എന്ന ലവ്ബേർഡുകളാണ് ആദ്യകാലത്ത് വളർത്തപ്പെട്ടിരുന്നത്. ഇപ്പോൾ അനേകമിനങ്ങളുണ്ടല്ലോ."

നന്ദിനിപ്പശു ഒന്ന് നിർത്തി മുന്നിലിരിക്കുന്ന രണ്ടുപേരെയും നോക്കിയശേഷം തുടർന്നു

"ബഡ്ജറികൾ ആസ്ത്രേലിയൻ സ്വദേശികളാണ്. ചെറുപക്ഷികളായ ഇവ 1850-ഓടെയാണ് ആസ്ത്രേലിയയ്ക്ക് പുറത്തെത്തുന്നത്. മിതോഷ്ണ കാലാവസ്ഥയാണ് ഇവയ്ക്ക് അനുകൂലം. കടുത്ത ചൂടും തണുപ്പും പിടിക്കില്ല. സ്വതന്ത്രമായി പാറി നടന്നിരുന്ന ഇവയെ പിടികൂടി മനുഷ്യൻ കൂട്ടിലിട്ട് വളർത്തുകയാണ്. നായയും പൂച്ചയും കഴിഞ്ഞാൽ ഏറ്റവും പ്രചാരമുള്ള വളർത്തുജീവികളാണിവ.

തത്തകളുടെ കുടുംബമായ സിറ്റാക്കുലിഡേയുടെ ഉപകുടുംബമായ ലൊറൈനേയിലെ അംഗമാണിത്. മെലോസിറ്റാക്കസ് അൻഡുലേറ്റസ് (Melopsittacus undulatus) എന്നാണ് ശാസ്ത്രനാമം. കാഴ്ചയ്ക്ക് തത്തക്കുഞ്ഞാണെന്നു തോന്നുന്ന ഇവ മനുഷ്യരോട് നന്നായി ഇണങ്ങും. ചെറുപക്ഷികളായ ഇവയ്ക്ക് 13-15 സെ മീ നീളവും 30-40 ഗ്രാം ഭാരവും മാത്രമേ

വരൂ. എപ്പോഴും ഇണപ്പക്ഷിയുമായി കൊക്കുരുമ്മിയും കിന്നാരം പറഞ്ഞുമിരിക്കുന്നതിനാലാവണം ഇവയെ ലവ്ബേർഡുകളെന്ന് വിളിക്കുന്നത്. ആകർഷകമായ പച്ചയും മഞ്ഞയും നിറങ്ങളാണ് സ്വാഭാവിക ഇനം പക്ഷികളുടെ ശരീരത്തിൽ പ്രധാനമായുള്ളത്. തലയുടെ മുകളിലും പിറകിലും പിടലിയിലും ചിറകുകളിലുമൊക്കെ, അരികുകളിൽ ഞൊറിയുള്ളതും ചന്ദ്രക്കല പോലുള്ളതുമായ കറുത്ത പുള്ളികൾ ധാരാളം കാണും. സ്വാഭാവിക ഇനങ്ങളിൽനിന്ന് ഇപ്പോൾ നീലയും വെള്ളയും മഞ്ഞയും ചാരനിറവുമൊക്കെയുള്ള പുതിയ ഇനങ്ങളെ ഉല്പാദിപ്പിച്ചിട്ടുണ്ട്. ഇവയുടെ വാൽ നീണ്ടതാണ്. ആകെ നീളത്തിന്റെ പകുതിയോളം വാൽനീളമാണ്. വാലിലെ വലിയ തൂവലുകൾക്ക് നീലനിറമാണ്. തത്തകളെപ്പോലെ, കാലുകളിലെ നാലു വിരലുകളിൽ രണ്ടെണ്ണം മുന്നോട്ടും രണ്ടെണ്ണം പിന്നോട്ടുമാണ് കാണുക. വളഞ്ഞിരി ക്കുന്ന വളരെച്ചെറിയ ചുണ്ടുകളാണിവയ്ക്ക്. ആണും പെണ്ണും കാഴ്ചയ്ക്ക് ഒരുപോലെയാണ്. തിരിച്ചറിയാനുള്ള വഴി നാസികയുടെ നിറമാണ്. ആണിന് ഇത് നീലനിറമായിരിക്കും. പെണ്ണിന് ഇത് നരച്ച തവിട്ടോ വെള്ളയോ ആയിരിക്കും. കുഞ്ഞുങ്ങളിൽ ഈ ഭാഗം പിങ്കുനിറത്തിലാണ് കാണുക."

സദാ ഇമ്പമുള്ള സ്വരത്തിൽ ചിലച്ചുകൊണ്ടും പറന്നുകളിച്ചുകൊണ്ടുമിരിക്കുന്നത് ഇവയുടെ ശീലമാണ്. തിനയാണ് ഇവയുടെ മുഖ്യാഹാരം. തുളസിയില, ഞവരയില എന്നിവയും തിന്നാറുണ്ട്. കൂടുകളിൽ ഒരുക്കിയ കലങ്ങളിലാണ് മുട്ടയിടുന്നത്. 3–5 മുട്ടകളുണ്ടാവും. ഇവ 18–27 ദിവസം കൊണ്ടാണ് വിരിയുന്നത്. ഓരോ മുട്ടയും ഇട്ടു കഴിഞ്ഞാലുടൻ അടയിരിക്കാൻ തുടങ്ങുന്നതിനാൽ എല്ലാം ഒന്നിച്ച് വിരിയാറില്ല. രണ്ടോ മൂന്നോ മുട്ടകൾ വിരിഞ്ഞു കുഞ്ഞുങ്ങൾ പുറത്ത് വന്നു കഴിയുമ്പോൾ അമ്മയും അച്ഛനും ചേർന്ന് അവയെ ഊട്ടിത്തുടങ്ങും. അപ്പോൾ ബാക്കിയുള്ള മുട്ടകൾ വിരിയാതെ പോകും. ആൺ-പെൺ പക്ഷികൾ ചേർന്നാണ് കുഞ്ഞിനെ ഊട്ടുന്നത്. കൂട്ടിലടച്ച് വളർത്തുന്നതിനാൽ അതീവശ്രദ്ധ ഇവയ്ക്ക് ആവശ്യമാണ്. കാക്കയും പാമ്പും പൂച്ചയും മറ്റും ഇവയെ ആക്രമിക്കാൻ ഇടയുണ്ട്."

നന്ദിനി പറഞ്ഞുനിർത്തി. ഉടനെ കോഴിപ്പയ്യൻ ചിറകടിച്ച് ഉന്മേഷത്തോടെ കഴുത്ത് നീട്ടിക്കൂവി സന്തോഷം രേഖപ്പെടുത്തി. രസകരം തന്നെ ഇതൊക്കെക്കേൾക്കാൻ. അതുകണ്ടപ്പോൾ ബില്ലിപ്പൂച്ചയും വാലുയർത്തി ആട്ടിക്കൊണ്ട് നന്ദിനിയുടെ മുഖത്തുരുമ്മി നിന്നു.

പതിമൂന്ന്

ഓട്ടക്കാരൻ മുയലുകൾ

“ഇനി അടുത്തതേതാണ്?” ഇനിയും ചോദ്യം കാണുമെന്ന് ഊഹിച്ച നന്ദിനി ചോദിച്ചു

“അടുത്തത് മുയലുകളെക്കുറിച്ചാവാം. ശ്രീകുമാറണ്ണന്റെ പിങ്കിയുടെ വിശേഷങ്ങളറിയാമല്ലോ.” ബില്ലിയാണത് പറഞ്ഞത്. പറഞ്ഞുതീർന്നതും പിങ്കി ചാടിച്ചാടി അവരുടെ നടുവിലെത്തിയതും ഒന്നിച്ചായിരുന്നു.

“എന്നെക്കുറിച്ചാണോ ചർച്ച? എന്താ കാര്യം?”

“പ്രത്യേകിച്ച് കാര്യമൊന്നുമില്ല പിങ്കീ. നമ്മളൊരു സംഘടനയുണ്ടാക്കാൻ പോകുകയാണെന്ന് അറിഞ്ഞുകാണുമല്ലോ. അപ്പോൾ, എല്ലാവരും പരസ്പരം അറിഞ്ഞിരിക്കുന്നത് നല്ലതല്ലേ?” നന്ദിനിപ്പശു വിശദീകരിച്ചു. “പിങ്കി എത്തിയ സ്ഥിതിക്ക് ഇനി സ്വന്തം കഥ ഞങ്ങളോട് പറയ്.”

“അങ്ങനെയാകട്ടെ. ഞങ്ങൾ ലെപ്പോറിഡേ കുടുംബക്കാരാണ്. എട്ട് ജനുസുകളുള്ള കുടുംബമാണിത്. അതിൽ, ഞാൻ യൂറോപ്യൻ മുയലുകളുടെ കൂട്ടത്തിൽപ്പെട്ടതാണ്. ഒറിക്ടോലാഗസ് ക്യൂണിക്കുലസ് (Oryctolagus cuniculus) എന്നാണ് ശാസ്ത്രനാമം. ഒറിക്ടോ ലാഗസ് ജനുസിലെ ഒരേയൊരു സ്പീഷീസാണിത്. മദ്ധ്യകാലഘട്ടത്തിലാണ് ഞങ്ങളെ മനുഷ്യർ വളർത്തിത്തുടങ്ങിയത്.

ഞങ്ങളുടെയിടയിൽ നിറത്തിലും വലുപ്പത്തിലും വ്യത്യസ്തരായ 80-തിലധികം ഇനങ്ങളുണ്ട്. പൊതുവെ 40-50 സെ മീ ശരീരനീളവും 1.5-3.5 കി ഗ്രാം തൂക്കവും വരും. ഞങ്ങളുടെയെല്ലാം ശരീരം രോമാവൃതമാണ്. പിൻകാലുകൾക്ക് നീളം കൂടുതലും മുൻകാലുകൾക്ക് നീളം കുറവുമായിരിക്കും. പിൻകാലുകൾ നിലത്തൂന്നി രണ്ടു കാലിൽ ഉയർന്നു നില്ക്കാൻ കഴിയും. ചാടിച്ചാടിയാണ് സഞ്ചരിക്കുന്നത്. ഞങ്ങൾ നല്ല ഓട്ടക്കാരാണെന്ന് നിങ്ങൾക്കറിയാമല്ലോ. നല്ല ബലമുള്ള പിൻകാലുകളിൽ കുതിച്ചുചാടിയാണ് ഞങ്ങൾ ഓടുന്നത്. മണിക്കൂറിൽ 4 കിലോമീറ്റർ വേഗതയുണ്ടാവും. ഇവയിൽ നാലു വിരലുകളും മുൻകാലുകളിൽ 5 വിരലുകളുമാണ് കാണുക. നഖങ്ങൾക്കും നല്ല ബലം കാണും. മണ്ണു കുഴിച്ച് മാളങ്ങളുണ്ടാക്കാനും പ്രതിരോധത്തിനും ഇവ ഉപയോഗിക്കും.

ശരീരത്തിന് ആനുപാതികമല്ലാത്ത നീളമുള്ള ചെവികളാണ് ഞങ്ങളുടെ ഒരു സവിശേഷത. അതിനാൽ ചെവിയൻ എന്നൊരു പേരും കിട്ടിയിട്ടുണ്ട്. ചെവികൾ ചലിപ്പിക്കാൻ കഴിയും. വാൽ

ചെറുതാണ്. മേൽച്ചുണ്ട് രണ്ടായി മുറിഞ്ഞതു പോലെയാണ്.

മറ്റൊരു പ്രധാന സവിശേഷത ആയുഷ്കാലം മുഴവനും വളർന്നു കൊണ്ടിരിക്കുന്ന പല്ലുകളാണ്. മേലണയിൽ രണ്ടു ജോടിയും കീഴണയിൽ ഒരു ജോടിയും പല്ലുകളുണ്ട്. ഞങ്ങൾക്ക് കോമ്പല്ലുകളില്ല. മൂർച്ചയേറിയ ഉളിപ്പല്ലുകൾ ആഹാരം കരണ്ടു തിന്നാനും അണപ്പല്ലുകൾ ഭക്ഷണം ചവച്ചരച്ച് തിന്നാനും സഹായിക്കുന്നു. എപ്പോഴും കരണ്ടുതിന്നു കൊണ്ടിരിക്കാൻ ഞങ്ങൾക്ക് എന്തെങ്കിലും വേണം. ഇങ്ങനെ തേയ്മാനം വന്നില്ലെങ്കിൽ പല്ലുകൾ ക്രമാതീതമായി വളരുകയും ആഹാരം കഴിക്കാനാവാതെ ജീവഹാനി വരാനിടയാകുകയും ചെയ്യും.”

ഇതുകേട്ട് ബില്ലി മുറുങ്ങിയും കുക്കുടൻ കൊക്കിയും അതിശയം പ്രകടിപ്പിച്ചു. കുക്കുടൻ ആത്മഗതംപോലെ പറയുകയും ചെയ്തു. അറിഞ്ഞുവരുമ്പോൾ ഓരോ ജീവിക്കും എന്തെല്ലാം വിചിത്രമായ സ്വഭാവങ്ങളാണ് തമ്പുരാനേ!

ചിരിച്ചുകൊണ്ട് പിങ്കി കഥ തുടർന്നു.

“ഞങ്ങൾക്ക് കേൾവിശക്തിയും ഘ്രാണശക്തിയും നന്നായുണ്ട്. ഇതുമൂലം ശത്രുക്കളുടെ സാന്നിദ്ധ്യം വേഗത്തിൽ മനസ്സിലാക്കി ഒഴിഞ്ഞുമാറാൻ സാധിക്കും. പ്രതികൂലസാഹചര്യങ്ങളിൽ വേഗത്തിൽ ഓടി രക്ഷപ്പെടുകയാണ് പതിവ്.”

“ഞങ്ങളെ സ്വന്തം വിസർജ്ജ്യം ഭക്ഷിക്കുന്നവരെന്നു പറഞ്ഞ് മറ്റുള്ളവർ കളിയാക്കാറുണ്ടല്ലോ. ഞങ്ങളുടെ ദഹനേന്ദ്രിയങ്ങൾക്ക് ആഹാരത്തിലെ നാരുകളെ പോഷകഗുണങ്ങളുള്ള പദാർത്ഥങ്ങളിൽ നിന്ന് വേർതിരിക്കാൻ കഴിവുണ്ട്. ഇവ രണ്ടും വെവ്വേറെ വിസർജ്ജിക്കും. പോഷകഗുണങ്ങളുള്ള വിസർജ്ജ്യം ഉടനെതന്നെ ഞങ്ങൾ വായിലാക്കി നല്ലപോലെ ചവച്ചരച്ച് ഭക്ഷിക്കും. ഇതുമൂലം അവയിലടങ്ങിയിട്ടുള്ള എല്ലാ പോഷകങ്ങളും കിട്ടുന്നു. ഇത് ഒരുതരത്തിൽ, നിങ്ങൾ അയവിറക്കുന്നതുപോലെയാണ് നന്ദിനിച്ചേച്ചീ.”

മൂവരും തലയാട്ടി സമ്മതിച്ചു.

“സസ്യഭോജികളായ ഞങ്ങൾ ഇലകളും പൂക്കളും മരങ്ങളുടെ തൊലിയും കിഴങ്ങുകളും കായ്കളും പരിപ്പുകളും വിത്തുകളുമൊക്കെ ഭക്ഷിക്കും. ഞങ്ങൾക്ക് ക്യാരറ്റ് വളരെ

ഇഷ്ടമാണെന്ന് നിങ്ങൾക്കറിയാമല്ലോ? എന്റെ കണ്ണുകൾ തിളങ്ങുന്നത് വെറുതെയാണോ?" അവൾ കണ്ണിറുക്കിച്ചിരിച്ചു.

"ഞങ്ങൾ പകലും രാത്രിയും സഞ്ചരിക്കും. എങ്കിലും കൂടുതലിഷ്ടം പകൽവെളിച്ചം അധികമില്ലാത്ത സമയങ്ങളും രാത്രിയുമാണ്. സ്വാഭാവിക ആവാസസ്ഥാനങ്ങൾ പുൽമേടുകളും ചതുപ്പുകളും പൊന്തകളും നീർത്തടപരിസരങ്ങളും മരുഭൂമികളുമൊക്കെയാണ്. മണ്ണിൽ മാളങ്ങൾ ഉണ്ടാക്കിയാണ് കഴിയുന്നത്.

വർഷത്തിൽ ഒന്നിലേറെ തവണ പ്രസവിക്കാറുണ്ട്. 30–37 ദിവസമാണ് ഗർഭകാലം. ഒരു പ്രസവത്തിൽ 6 കുഞ്ഞുങ്ങൾവരെ കാണും. ജനിക്കുമ്പോൾ കുട്ടികൾ അന്ധരാണ്. രോമാവരണവും കാണില്ല. അമ്മയുടെ സംരക്ഷണത്തിൽ വളരുന്ന കുട്ടികൾ ഒരാഴ്ച കഴിയുമ്പോൾ ചാടി നടക്കാൻ തുടങ്ങും. രണ്ടാഴ്ചകൊണ്ട് ഓടിത്തുടങ്ങുകയും ഒരു മാസത്തിനുള്ളിൽ സ്വതന്ത്രരാകുകയും ചെയ്യും."

ഇപ്പോൾ ഫാമുകളിലും മറ്റും മാംസത്തിനായി ഞങ്ങളെ ധാരാളമായി വളർത്തുന്നുണ്ട്. മുയൽ വളർത്തൽ സാമ്പത്തിക ലാഭമുള്ള ഒരു വ്യവസായമായി മാറിയിരിക്കുന്നു. വേഗത്തിൽ വളരുകയും പെറ്റുപെരുകുകയും ചെയ്യുന്നതാണ് ഞങ്ങളോടുള്ള ആകർഷണത്തിന് പ്രധാന കാരണം. ഞങ്ങൾക്ക് പാർക്കാൻ ചെറിയ കൂടുകൾ മതിയാകുമല്ലോ. അതിനാൽ, സ്ഥലപരിമിതിയുള്ളയിടങ്ങളിലും ഞങ്ങളെ വളർത്താം."

ഒന്നു നിർത്തി, അല്പം അഭിമാനത്തോടെയും കുസൃതിച്ചിരിയോടെയും അവൾ ഇത്രകൂടി കൂട്ടിച്ചേർത്തു. "ശാന്തസ്വഭാവമുള്ളവരും കാഴ്ചയ്ക്ക് ഓമനത്തമുള്ളവരുമായതിനാൽ കൗതുകത്തിനും വിനോദത്തിനും വേണ്ടിയും ഞങ്ങളെ വളർത്താറുണ്ട്."

അപ്പറഞ്ഞതിൽ അസത്യമേതുമില്ലാത്തതിനാൽ എല്ലാവരും തലയാട്ടി സമ്മതിച്ചു.

പതിനാല്

വളർത്തുപന്നികളുടെ കഥ

"ങ്ഹാ ഇനി ഞാൻ നമ്മുടെ സൂകരൻ പന്നിയുടെ വിശേഷങ്ങൾ പറയാം." നന്ദിനിയുടെ ശബ്ദം കേട്ടപ്പോൾ മറ്റു മൂവരും സബാഷ്... സബാഷ് എന്ന് പറഞ്ഞ് ഉഷാറായി. പിങ്കി ഒരു ചാട്ടം ചാടി നന്ദിനിയുടെ നേരെ മുന്നിലെത്തി കാൽ മടക്കിയിട്ടിരുന്നു. ഇതുകണ്ട് ബില്ലിയും കുക്കുടനും അല്പം കൂടി മുന്നോട്ട് കയറി.

നന്ദിനിപ്പശു പറഞ്ഞുതുടങ്ങി. "വന്യമൃഗങ്ങളായും വളർത്തുമൃഗങ്ങളായും പന്നികളെ കാണപ്പെടുന്നുണ്ട്. പന്നികളുടെ ജന്മദേശം യുറേഷ്യ ആണെന്ന് ശാസ്ത്രലോകം അനുമാനിക്കുന്നു. കാട്ടുപന്നികളിൽനിന്ന് ഉരുത്തിരിഞ്ഞവയാണ് വളർത്തുപന്നികൾ. പുരാതന ചൈനയിലാണ് പന്നികളെ ആദ്യമായി വളർത്തിയതത്രെ. മാംസത്തിനായി ലോകത്തിന്റെ വിവിധഭാഗങ്ങളിൽ വ്യാവസായികാടിസ്ഥാനത്തിൽ ഇന്ന് പന്നികളെ വളർത്തുന്നുണ്ട്. സസ് സ്ക്രോഫ ഡൊമസ്റ്റിക്കസ് (Sus scrofa domesticus) എന്നും സസ് സ്ക്രോഫഡൊമസ്റ്റിക്കസ് (Sus scrofa domesticus) എന്നും ശാസ്ത്രനാമമുള്ള ഇവയുടെ കുടുംബം സൂയിഡേ ആണ്."

"ചേച്ചി ഈ മൃഗങ്ങളുടെയും പക്ഷികളുടെയുമൊക്കെ കുടുംബപ്പേരും ശാസ്ത്രനാമവും വായിലൊതുങ്ങുന്നില്ല. തലയിലും

കയറില്ല. ആരാണോ ഇത്ര കഠിനമായ പേരുകളിടുന്നത്!" കുക്കുടൻ പരിതപിച്ചു.

"ശരിതന്നെ." ബില്ലിയും പിങ്കിയും കുക്കുടനെ പിൻതാങ്ങി.

"കൂട്ടരേ, കുടുംബവും ശാസ്ത്രനാമവും ഓരോ ജീവിയെയും കൃത്യമായി തിരിച്ചറിയാനുള്ള വഴികളാണ്. അതിനാൽ പറഞ്ഞുവെന്നേയുള്ളൂ. നിങ്ങൾക്ക് അവ ഓർത്തുവയ്ക്കാൻ വിഷമമാണെങ്കിൽ വിട്ടേക്ക്." നന്ദിനി വിശദീകരിച്ചു. കാര്യം മനസ്സിലായെന്ന മട്ടിൽ മൂവരും ചിരിച്ചു. നന്ദിനി തുടർന്നു.

"തണലും തണുപ്പുമുള്ള സ്ഥലങ്ങളാണ് ഇവയ്ക്കിഷ്ടം. തടിച്ച ശരീരവും ചെറിയ വാലും കണ്ണുകളും വലിയ ചെവിയും കുറുകിയ കാലുകളുമാണ് പന്നികളുടെ പ്രത്യേകതകൾ. പൂർണ്ണവളർച്ചയെത്തിയ ഒരു വളർത്തുപന്നിക്ക് 100 സെന്റിമീറ്റർ മുതൽ 180 സെന്റിമീറ്റർ വരെ നീളവും 50-300 കിലോഗ്രാം

തൂക്കവും കാണും. തല വലുതാണ്. മോന്ത നീണ്ടതും അറ്റം വെട്ടിമുറിച്ചതുപോലെ പരന്നതുമാണ്. നിങ്ങൾ സൂകരന്റെ മോന്ത ശ്രദ്ധിച്ചിട്ടുണ്ടാവുമല്ലോ?"

നന്ദിനി ചോദ്യഭാവത്തോടെ എല്ലാരെയുമൊന്ന് നോക്കി.

"പിന്നേ... അതിൽ രണ്ട് ഗുഹകൾപോലെ കാണുന്ന മൂക്ക് കാണാൻ രസമുണ്ട്." ബില്ലിയുടെ കമന്റായിരുന്നു അത്.

"അതെയതെ. ഇവയുടെ വാൽ താഴേക്ക് തൂങ്ങിക്കിടക്കുന്ന രീതിയിലാണ് കാണുന്നത്. വാലിന്റെയറ്റത്ത് കറുത്ത രോമങ്ങൾ കൂട്ടമായിക്കാണും. കാലിൽ ഇരട്ടകുളമ്പുകളാണ്.

ഇവയ്ക്ക് നല്ല ഘ്രാണശക്തിയും ബുദ്ധിശക്തിയുമാണ്. കാലാവസ്ഥാ മാറ്റങ്ങളെ മുൻകൂട്ടിക്കാണാനും കഴിയും. അതിനാൽ പേമാരിയോ കൊടുങ്കാറ്റോ ഒക്കെ വരുന്നതിനു മുമ്പുതന്നെ ഇവ ജീവരക്ഷയ്ക്കുള്ള മാർഗ്ഗങ്ങൾ തേടും.

ഇവ മിശ്രഭോജികളാണ്. കൈയിൽക്കിട്ടുന്ന വിത്തുകളും കിഴങ്ങുകളും ധാന്യങ്ങളും മത്സ്യങ്ങളുമൊക്കെ ഇവയ്ക്ക് ആഹാരമാണ്. എന്നാൽ, കൂടുകളിലിട്ട് വളർത്തുന്നവയ്ക്ക് കന്നുകാലികളിൽ നിന്ന് വിഭിന്നമായി നാര് അധികമില്ലാത്തതും വേഗത്തിൽ ദഹിക്കുന്നതുമായ ഭക്ഷണമാണ് നല്കേണ്ടത്. പച്ചിലകളും പരുക്കനല്ലാത്തതായിരിക്കണം. ധാന്യങ്ങളാണ് ഇവയ്ക്ക് ഏറെ ഇഷ്ടം. ഉണക്കമീൻ പൊടിയും എല്ലുപൊടിയുമെല്ലാം ഇവയ്ക്ക് നല്കാറുണ്ട്. എന്നാൽ, അമിതമായ ഭക്ഷണവും വെള്ളവും നല്കുന്നത് അസുഖം വരുത്താനുള്ള സാദ്ധ്യത വർദ്ധിപ്പിക്കുമെന്ന് പറയുന്നുണ്ട്. അമിതമായി വണ്ണം വയ്ക്കാതെയും അധികം മെലിയാതെയും വളർത്തുന്നതാണ് ഉചിതം.

ഇനി ഇവയുടെ പ്രത്യുല്പാദനം. ഇവയ്ക്ക് ഉയർന്ന പ്രജനനക്ഷമതയാണ്. ഒരു വർഷം കഴിയുമ്പോൾ ആൺ പന്നികൾ വളർച്ച പൂർത്തിയാക്കും. എന്നാൽ പെൺപന്നികൾക്ക് രണ്ട് വർഷത്തോളം സമയം വേണ്ടിവരും. ഗർഭകാലം ഏതാണ്ട് 110 –115 ദിവസമാണ്. വളർത്തുമൃഗങ്ങളിൽ ഏറ്റവും കുടുതൽ കുഞ്ഞുങ്ങൾ ജനിക്കുന്നത് ഇവയ്ക്കാണ്. ഒരു പ്രസവത്തിൽ 6 മുതൽ 12 വരെ കുഞ്ഞുങ്ങൾ കാണാറുണ്ട്. പാലോ, പോഷകാഹാരമോ ലഭിക്കാതെ വന്നാൽ കുഞ്ഞുങ്ങൾ ചത്തുപോകുന്ന

തിനാൽ ഇത്രയുമെണ്ണം പ്രായപൂർത്തിയെത്താറില്ല. എട്ടാഴ്ച വരെ കുഞ്ഞുങ്ങൾ അമ്മയുടെ പാൽ കുടിക്കും. അതിവേഗം വളരുന്ന കുഞ്ഞുങ്ങൾ 4–5 മാസം കൊണ്ട് വളർച്ചയെത്തും. 9–12 വർഷം വരെ ഇവ ജീവിക്കും."

ആ വിവരണം എല്ലാർക്കും നന്നേ രസിച്ചു. അവർ പരസ്പരം ചിരിച്ചു

"അല്പം കൂടി പറഞ്ഞോട്ടെ." നന്ദിനിപ്പശു ധൃതികൂട്ടി. "ഇവയെ പ്രധാനമായും ഇറച്ചിക്കും തുകലിനുമായാണ് മനുഷ്യർ വളർത്തുന്നത്. ഇവയുടെ രോമങ്ങൾ ബ്രഷ് നിർമ്മിക്കാനും ഉപയോഗിക്കുന്നു. പന്നിനെയ്യ് എന്നു വിളിക്കുന്ന കൊഴുപ്പിന് വളരെയധികം ഉപയോഗങ്ങളുണ്ട്. സൗന്ദര്യവർദ്ധകവസ്തുക്കളിലും ഹെയർകെയർ, സ്കിൻകെയർ ഉല്പന്നങ്ങളിലുമൊക്കെ ഇതുപയോഗിക്കുന്നുണ്ട്. ഇത് ഭക്ഷ്യവസ്തുവുമാണ്. വൈദ്യശാസ്ത്രരംഗത്തെ ഗവേഷണങ്ങൾക്കും ഇവയെ പ്രയോജനപ്പെടുത്തുന്നു. അമേരിക്കപോലുള്ള ചില രാജ്യങ്ങളിൽ ഇവയിലെ ചിലയിനങ്ങളെ ഓമനകളായും വളർത്തുന്നു."

നന്ദിനി പറഞ്ഞുനിർത്തി.

പതിനഞ്ച്

പാവം പ്രാവുകൾ

കുക്കുടൻ ചിറകുകളടിച്ച് കാലുകളിലുയർന്ന് കഴുത്തു നീട്ടിയൊന്ന് കൂവി. കുറുകുറെ മുറുങ്ങിക്കൊണ്ട് ബില്ലി അഭിപ്രായപ്പെട്ടു. "നല്ല രസമുണ്ട് കേൾക്കാൻ. ഇനിയേതാ ചേച്ചീ?"

"ഇനി എനിക്ക് വിശ്രമിക്കണം. ഇന്ന് വിശ്രമിച്ചതേയില്ല. ഒരു കാര്യം ചെയ്യാം. ഇനി കുക്കുടൻ അമ്മിണിപ്രാവിനെക്കുറിച്ച് സംസാരിക്കട്ടെ. അവന്റെ വർഗ്ഗക്കാരിയല്ലേ? ഗീതമ്മ വാരിവിതറുന്ന ധാന്യമണികൾ രണ്ടാളുംകൂടി ഒരുമിച്ച് കൊത്തിപ്പറക്കിത്തിന്നുമ്പോൾ തമ്മിൽ കഥകളൊക്കെ പറഞ്ഞിട്ടില്ലേ?" ഇങ്ങനെയൊരു നിർദ്ദേശം വച്ച ശേഷം നന്ദിനി ചരിഞ്ഞുകിടന്ന് അയവിറക്കാനാരംഭിച്ചു.

"ങും... ങും... കേൾക്കട്ടെ! ഞങ്ങൾ ഒരു വീട്ടിലാണെങ്കിലും അവരെപ്പറ്റി വലുതായിട്ടൊന്നും അറിഞ്ഞുകൂടാ." പിങ്കി പ്രോത്സാഹിപ്പിച്ചു.

"ചേച്ചി പറയുന്നതായിരുന്നു നല്ലത്. എന്തായാലും പറഞ്ഞ സ്ഥിതിക്ക് എനിക്കറിയാവുന്ന രീതിയിൽ ഞാൻ അമ്മിണിയുടെയും അപ്പുവിന്റെയും കാര്യങ്ങൾ പറയാം." കുക്കുടൻ പറഞ്ഞുതുടങ്ങി.

"അമ്മിണിയും അപ്പുവും വളർത്തുപ്രാവുകളാണെന്ന് അറി

യാമല്ലോ? ഇവർ കൊളുംബിഡേ എന്ന പക്ഷികുടുംബത്തിലുള്ളവരാണ്. കൊളുംബാ ലിവിയ (Columba livia) എന്നാണ് ശാസ്ത്രനാമം. ഈ ജാതിക്ക് നിറത്തിലും രൂപത്തിലും വലുപ്പത്തിലും വ്യത്യസ്തതകളുള്ള അനേകം ഉപജാതികളുണ്ട്. അവയിൽ പലതിനെയും മനുഷ്യർ വളർത്താറുണ്ട്.

റോക്ക് പിജിയൻ എന്ന വിളിപ്പേരുള്ളവയാണ് അമ്മിണിയുടെയും അപ്പുവിന്റെയും കൂട്ടർ. 30-38 സെ മീ നീളം വരുന്ന ഇവയ്ക്ക് 250-400 ഗ്രാം തൂക്കം വയ്ക്കും. ഇരുണ്ട ചാരനിറമുള്ള ശരീരവും, പിങ്കുനിറമുള്ള കാലുകളുമാണ് ഇവയുടെ പ്രത്യേകതകൾ. കഴുത്തിലും ചിറകുകളിലും പിങ്കും പർപ്പിളും നീലയും പച്ചയും നിറങ്ങളിലുള്ള ലോഹത്തിളക്കം കാണും. എല്ലാവർക്കും ചിറകുകളിൽ കുറുകെ രണ്ട് കറുത്ത പട്ടകളുണ്ടാവും. ചിറകുകളുടെ അടിവശത്ത് വെള്ള കലർന്ന ചാരനിറമായിരിക്കും. 10 സെ മീ വരെ നീളമുള്ള വാലിന് വെള്ളനിറമുള്ള അരികുകളാണ്. അതിനു പിന്നിലായി വീതിയുള്ള കറുപ്പ് പട്ടയുണ്ടാവും. പറക്കുമ്പോൾ വിശറി പോലെ വിടർന്നുവരുന്ന

വാൽ കാണാൻ നല്ല ഭംഗിയാണ്. ഇവയുടെ കണ്ണുകൾക്ക് ഓറഞ്ചുനിറമാണ് കേട്ടോ. ആണും പെണ്ണും കാഴ്ചയ്ക്ക് ഒരുപോലെയാണ്. ആണിന് നിറപ്പകിട്ടും തിളക്കവും താരതമ്യേന കൂടുതലായിരിക്കുമെന്നതിനാൽ തിരിച്ചറിയാൻ വലിയ വിഷമമില്ല.

ഇവയുടെ പറക്കൽ അതിവേഗത്തിലാണ്. ഉച്ചത്തിൽ ചിറകുകളടിച്ചാണ് പറക്കുക. ചിറകുകൾ വി ആകൃതിയിൽ തുറന്നുപിടിച്ചുകൊണ്ട് ഇവ വായുവിൽ ഊളിയിട്ടിറങ്ങുന്ന കാഴ്ച അതീവ ഹൃദ്യമാണ്. കൂട്ടമായിക്കഴിയാനിഷ്ടമുള്ള ഇവ കെട്ടിടങ്ങളുടെയും മറ്റും മുകളിൽനിന്ന് വലിയ കൂട്ടമായി പറന്നുയരുന്നതും താഴുന്നതുമായ കാഴ്ചയും കൗതുകമുണർത്തുന്നതാണ്.

“സസ്യഭുക്കുകളായ ഇവയുടെ ഭക്ഷണം ധാന്യങ്ങളും പയറുവർഗ്ഗങ്ങളും മറ്റുമാണ്. നിലത്ത് വീണുകിടക്കുന്നവ കൊത്തിപ്പെറുക്കുകയാണ് പതിവ്. ഇണയോടൊപ്പവും കൂട്ടമായും ഇരതേടും.”

കെട്ടിടങ്ങളുടെ ഭിത്തികൾക്ക് മുകളിലും പാറയിടുക്കുകളിലുമൊക്കെയാണ് കൂടുകെട്ടുക. ചുള്ളികളടുക്കിയുണ്ടാക്കുന്ന കൂടിന് വലിയ ഭംഗിയൊന്നുമുണ്ടാവില്ല. ഒരു പ്രാവശ്യം ഒന്നോ രണ്ടോ മുട്ടകളിടും. മുട്ടയ്ക്ക് വെള്ളനിറമായിരിക്കും. ആൺപ്രാവും പെൺപ്രാവും മാറിമാറി അടയിരിക്കും. 17-19 ദിവസംകൊണ്ട് മുട്ട വിരിയും. കുഞ്ഞുങ്ങൾക്ക് അടഞ്ഞ തവിട്ടുനിറമായിരിക്കും. ആണും പെണ്ണും മാറിമാറി കുഞ്ഞുങ്ങളെ തീറ്റിപ്പോറ്റും. മാതാപിതാക്കളുടെ തൊണ്ടയിലുള്ള ക്രോപ്പ് എന്ന സഞ്ചിയുടെ അകത്തെ പാളിയിൽ നിന്നുണ്ടാകുന്ന ഒരു സ്രവം തികട്ടിച്ചാണ് കുഞ്ഞുങ്ങൾക്ക് നല്കുന്നത്. ഈ സ്രവത്തിന് പിജിയൺ മിൽക്ക് എന്നാണ് പേര്.”

“പാലുല്പാദിപ്പിക്കുന്ന പക്ഷിയാണ് പ്രാവെന്നു പറയാൻ കാരണം ഇതാണല്ലേ?” പിങ്കി ചോദിച്ചു.

“അതെ, പിങ്കീ. ഇത് പാലൊന്നുമല്ലെന്ന് ഇപ്പോൾ പിടികിട്ടിയില്ലേ?”

എല്ലാവരും ചിരിച്ചു.

“എന്തായാലും മനുഷ്യരുമായി സഹകരിച്ചു ജീവിക്കുന്ന നമ്മുടെ പല ചങ്ങാതിമാരുടെയും കുടുംബവിശേഷങ്ങൾ നമുക്ക് പങ്കുവയ്ക്കാൻ സാധിച്ചു. ബാക്കിയുള്ളവരെ ഞായറാഴ്ച സമ്മേളനത്തിനു വരുമ്പോൾ പരിചയപ്പെടാം” നന്ദിനി ഇത്രയും പറഞ്ഞതോടെ പോകാൻ തിടുക്കമുണ്ടെന്ന് പറഞ്ഞ് പിങ്കിയും കുക്കുടനും സ്ഥലം വിട്ടു. നന്ദിനി എണീറ്റുനിന്ന് മൂരി നിവർന്നു. സാവധാനം പുല്ലൂട്ടിയിൽ അവശേഷിച്ചിരുന്ന ഏതാനും പുല്ലുകൾ കടിച്ചെടുത്ത് ചവയ്ക്കാൻ തുടങ്ങി. ഒരു ചെറിയ എലി അതുവഴി പോയതിന്റെ പിന്നാലെ ബില്ലിയും ഓടിപ്പോയി.

പതിനാറ്

മഹാസമ്മേളനം

ഞായറാഴ്ച ദിവസം. പൂച്ച, പന്നി, പ്രാവ്, തത്ത, ബഡ്ജറിഗർ, കോഴി, നായ, താറാവ്, കാള, എരുമ, പോത്ത്, പശു തുടങ്ങിയ എല്ലാ വളർത്തുജീവികളും കുടുംബസമേതം ശുനകപുരം ടൈഗറിന്റെ മുന്നിലുണ്ട്. അവരുടെ യോഗം ആരംഭിക്കുകയാണ്. എങ്ങും നിശ്ശബ്ദത നിറഞ്ഞിരിക്കുന്നു. ടൈഗർ എഴുന്നേറ്റു മുന്നിലുള്ളവരെ അഭിസംബോധന ചെയ്തു.

“പ്രിയപ്പെട്ട സുഹൃത്തുക്കളേ.. നൂറ്റാണ്ടുകളായി വളർത്തുജീവികളായി മനുഷ്യനോടൊപ്പം നമ്മളുടെ കൂട്ടരുണ്ട്. ഒരു കൂട്ടുകുടുംബം പോലെ ഇണങ്ങിയും പിണങ്ങിയും നമ്മൾ ജീവിച്ചു. എന്നാൽ, കാലം മാറിയപ്പോൾ മനുഷ്യരിലെ കൂട്ടുകുടുംബങ്ങൾ ഇല്ലാതായി. മനുഷ്യജീവിതം ഫ്ളാറ്റുകളിലും പ്രത്യേകം പ്രത്യേകം വീടുകളിലും അണുകുടുംബങ്ങളായി മാറി. അപ്പോൾ, നമ്മളിൽ പലരും ഒറ്റപ്പെട്ടു. പലരും ചിന്നിച്ചിതറി. നമ്മുടെ പൂർവ്വികരായ വന്യജീവികൾക്ക് വന്യജീവിസംരക്ഷണനിയമവും അതിലൂടെയുള്ള പരിരക്ഷയുമുണ്ട്. പക്ഷേ, നമ്മെ രക്ഷിക്കാൻ ഒരു നിയമവുമില്ല. നമ്മുടെ ഏക ആശ്രയം ഉടമസ്ഥരായ മനുഷ്യർ തന്നെയാണ്. അവരാണ് നമ്മുടെ രക്ഷകർ. എന്നാൽ, അവരും ഇപ്പോൾ നമ്മെ കൈയൊഴിഞ്ഞ അവസ്ഥയാണ്. ആർക്കും നമ്മോട് സ്നേഹമില്ലാതെയായിരിക്കുന്നു. ഈ സ്ഥിതിയെ

എങ്ങനെ തരണം ചെയ്യാം എന്നതാണ് നാം ചിന്തിക്കേണ്ടത്. അതിനാണ് നാം ഇവിടെ ഒത്തുകൂടിയിരിക്കുന്നത്. ഒന്ന് നിർത്തി എല്ലാരെയുമൊന്ന് നോക്കിയ ശേഷം ടൈഗർ തുടർന്നു. ഈ യോഗത്തിന്റെ അദ്ധ്യക്ഷസ്ഥാനത്തേക്ക് നമ്മുടെയെല്ലാം പ്രിയപ്പെട്ട നന്ദിനിച്ചേച്ചിയെ ക്ഷണിക്കുകയാണ്."

ടൈഗർ ഇരുന്നു. അപ്പോൾ, നന്ദിനിപ്പശു എഴുന്നേറ്റ് ടൈഗറിനു സമീപത്തെത്തി സദസ്യർക്ക് അഭിമുഖമായി നിലയുറപ്പിച്ചു. എല്ലാവരേയും നോക്കി അവൾ പതിയെ സംസാരിച്ചു തുടങ്ങി.

"സുഹൃത്തുക്കളേ, ടൈഗർ പറഞ്ഞത് വളരെയേറെ ശരിയാണ്. നമ്മുടെ സുഹൃത്തുക്കളുടെ എണ്ണം നാൾക്കുനാൾ കുറയുകയാണ്. ഒരുദാഹരണം പറയാം മുൻകാലങ്ങളിൽ പശുക്കൾ ഒട്ടുമിക്ക വീടുകളിലും ഉണ്ടായിരുന്നു. ഐശ്വര്യത്തിന്റെയും അഭിമാനത്തിന്റെയും അടയാളമായിട്ടായിരുന്നു പശുക്കളെയും കാളകളെയും വളർത്തിയിരുന്നത്. ഇന്ന് ആയിരം വീടുകൾ എടുത്താൽ ഒന്നോ രണ്ടോ പശുക്കളെ കാണാനാകും. കാളകളെ കാണാനേയില്ല. ഈ രീതി തുടർന്നാൽ അടുത്ത പത്തുവർഷം കഴിയുമ്പോൾ ഇങ്ങനെ ഒരു വളർത്തുമൃഗമേയുണ്ടാവില്ല. അതുപോലെത്തന്നെയാണ് എരുമയുടെയും പോത്തിന്റെയും ആടിന്റെയുമൊക്കെ സ്ഥിതി.

കോഴിയുടെയും താറാവിന്റെയും നായയുടെയും സ്ഥിതി അല്പം കൂടി മെച്ചമാണെന്ന് പറയാമെങ്കിലും അവരുടെയും എണ്ണം കുറയുക തന്നെയാണ്."

നമ്മെ പോറ്റിവളർത്താനും സംരക്ഷിക്കാനുമുള്ള സാഹചര്യവും മനസ്സും മനുഷ്യന് നഷ്ടമായിരിക്കുന്നു. ഒന്നിനും സമയമില്ലാത്ത മനുഷ്യൻ പരക്കംപായുകയാണ്. അതിനിടയിൽ നമ്മെപ്പോലുള്ളവരെ കണ്ടാലായി. കാലം കഴിയുമ്പോൾ ജീവിതബന്ധങ്ങളെ തച്ചുടയ്ക്കുന്ന മനുഷ്യന് നമ്മളുടെ ജീവിതവും ജീവനും നിസ്സാരമാണ്. ഈ ചിന്തയ്ക്ക് ഒരു കാതലായ മാറ്റം വരണം. മനുഷ്യർ നമ്മെ കുടുതലായി സംരക്ഷിക്കണം. നമുക്ക് വേണ്ടുന്ന പരിഗണന നല്കണം. ഒരുദിവസം ഇന്നാട്ടിലെ മനുഷ്യരെല്ലാരും കൂടി ഉപയോഗിക്കുന്ന പാലിന്റെയും മുട്ടയുടെയും

കണക്ക് അവർക്കുപോലും കണക്കുകൂട്ടാവുന്നതിനും അപ്പുറമാണ്. അത്രയുമധികം നാം മനുഷ്യരെ സഹായിക്കുന്നുണ്ട്. എന്നാൽ, തിരികെക്കിട്ടുന്നതോ അവഗണനന മാത്രം. ഞങ്ങൾ ആടുമാടുകൾ ഒരു നേരം പാൽ നല്കിയില്ലെങ്കിൽ, നമ്മുടെ കോഴി-താറാവ് സുഹൃത്തുക്കൾ അടുപ്പിച്ച് മുട്ടയിട്ടില്ലെങ്കിൽ ഇവരുടെ ജീവിതം ചഞ്ചലമാകും. അങ്ങനെ, അവർക്ക് നമ്മുടെ സേവനത്തിന്റെ വില മനസ്സിലാക്കിക്കൊടുക്കണം. നമ്മുടെ വിഷമതകൾ അവർ അറിയണം. അതിനായി നമ്മൾ സഹകരിച്ച് ഒരു സംഘടന രൂപീകരിക്കണമെന്ന ആശയം മുന്നോട്ടു വച്ചതും ഈ യോഗം വിളിച്ചുകൂട്ടാൻ മുൻകൈയെടുത്തതും നമ്മുടെ പ്രിയപ്പെട്ട ശുനകപുരം ടൈഗറാണ്. ടൈഗറിന് അഭിനന്ദനങ്ങൾ." സദസ്യർ ഒന്നടങ്കം കൈയടിച്ചു.

"ഞാൻ അധികം ദീർഘിപ്പിക്കുന്നില്ല. നമുക്കെല്ലാം ചേർന്ന് ഒരു നിവേദനം തയ്യാറാക്കി ഓരോ റെസിഡന്റ്സ് അസോസിയേഷനെയും ഏല്പിക്കണം. അവർ വഴി ആ അസോസിയേഷന്റെ പരിധിയിലുള്ള വീട്ടുകാരിൽ നമ്മുടെ ആവശ്യമെത്തിയാൽ നമുക്കർഹമായ സംരക്ഷണവും പരിഗണനയും കിട്ടിയേക്കും. ഇതാണ് എന്റെ അഭിപ്രായം."

നന്ദിനിപ്പശു പറഞ്ഞുനിർത്തി. എല്ലാവരും കൈയടിച്ച് അത് പാസാക്കി. നന്ദിനിപ്പശുവിന്റെ പ്രസംഗം നന്നായിരുന്നതായി പലരും അടക്കം പറഞ്ഞു. ചെറു ശബ്ദങ്ങൾ അവിടെ തങ്ങിനിന്നു. ടൈഗർ വീണ്ടും സംസാരിക്കാനായി എഴുന്നേറ്റു.

"നന്ദിനിച്ചേച്ചിയുടെ അഭിപ്രായത്തോട് ഞാനും യോജിക്കുന്നു. ചേച്ചി പറഞ്ഞതുപോലെ പ്രാരംഭ നടപടിയായി ഒരു പരാതി തയ്യാറാക്കി റെസിഡന്റ്സ് അസോസിയേഷൻ ഭാരവാഹികളെ ഏല്പിക്കാം. അതിൽ വിജയം കണ്ടില്ലെങ്കിൽ മറ്റ് സമര വഴികൾ ആലോചിക്കാം. എന്താ അതല്ലേ നല്ലത്?" ടൈഗർ എല്ലാവരോടുമായി ചോദിച്ചു. എല്ലാരും ആ അഭിപ്രായം കൈയടിയോടെ സ്വീകരിച്ചു.

"അതിനുമുമ്പ് നമ്മുടെ പുതിയ സംഘടനയുടെ ഭാരവാഹികളെ തിരഞ്ഞെടുക്കണം."

"നന്ദിനിച്ചേച്ചി പ്രസിഡന്റ്, ടൈഗർ ചേട്ടൻ സെക്രട്ടറി." പിങ്കി രണ്ടുകാലിൽ എഴുന്നേറ്റു നിന്ന് നിർദ്ദേശിച്ചു. എല്ലാരും

കൈയടിച്ചതോടെ അത് തീരുമാനമായി.

"ഇനി മറ്റു സ്ഥാനങ്ങളിലോ?" ടൈഗർ ചോദ്യമിട്ടു.

"ചേട്ടാ, ഞാനൊരു പാനൽ കൊണ്ടുവന്നിട്ടുണ്ട്." ബില്ലി ഒരു പേപ്പർ ടൈഗറെ ഏല്പിച്ചു.

"ഞാൻ വായിക്കാം. വൈസ് പ്രസിഡന്റ് അമ്മിണിപ്രാവ്, ജോയിന്റ് സെക്രട്ടറി ബില്ലിപ്പൂച്ച, ട്രഷറർ കുക്കുടൻകോഴി. ഭരണസമിതി അംഗങ്ങൾ പിങ്കിമുയൽ, റാണിത്തത്ത, സൂകരൻ പന്നിയുടെ മകൾ പിഗ്ഗി, മണിച്ചിത്താറാവ്. വേറെ പാനലുണ്ടോ? ഇല്ലെങ്കിൽ ഇത് അംഗീകരിക്കാം." എല്ലാവരും കൈയടിച്ചതോടെ പാനൽ അംഗീകരിക്കപ്പെട്ടു. അങ്ങനെ, വളർത്തുമൃഗങ്ങളുടെയും വളർത്തുപക്ഷികളുടെയും ഒരു പ്രാദേശിക സംഘടന കേരളാ പെറ്റ്സ് യൂണിയൻ എന്ന പേരിൽ നിലവിൽ വന്നു.

ഓമനജീവികളുടെ സംരക്ഷണം അത്യാവശ്യമാണെന്ന് വിശദീകരിക്കുന്ന ഒരു പരാതി അവിടെവച്ചുതന്നെ എഴുതി തയ്യാറാക്കപ്പെട്ടു. സംഘടനാംഗങ്ങളെല്ലാവരും ഒപ്പിട്ട പരാതി ടൈഗറിന് കൈമാറി. ശുഭപ്രതീക്ഷയോടെ സൗഹൃദം പങ്ക് വച്ച് അവർ പിരിഞ്ഞു.

9 789386 637345

Printed by Libri Plureos GmbH in Hamburg,
Germany